गोष्ट हातातली होती !

वपुकाळे

मेहता पब्लिशिंग हाऊस

Please contact us at **Mehta Publishing House,** 1941, Madiwale Colony, Sadashiv Peth, Pune 411030. ✆ +91 020-24476924 / 24460313

Email : info@mehtapublishinghouse.com
production@mehtapublishinghouse.com
sales@mehtapublishinghouse.com

Website : www.mehtapublishinghouse.com

GOSHTA HATATLI HOTI by V. P. KALE

गोष्ट हातातली होती! : वपु काळे / कथासंग्रह

© स्वाती चांदोरकर व सुहास काळे

विशेष साहाय्य : श्री. शशिकांत भगत

प्रकाशक : सुनील अनिल मेहता, मेहता पब्लिशिंग हाऊस,
१९४१, सदाशिव पेठ, माडीवाले कॉलनी, पुणे – ४११०३०.

अक्षरजुळणी : मेहता पब्लिशिंग हाऊस, पुणे.

मुखपृष्ठ : चंद्रमोहन कुलकर्णी

प्रकाशनकाल : नोव्हेंबर, २००४ / फेब्रुवारी, २००५ / फेब्रुवारी, २००७ / मे, २००८ / फेब्रुवारी, २००९ / फेब्रुवारी, २०१० / सप्टेंबर, २०११ / जानेवारी, २०१३ / जुलै, २०१४ / जुलै, २०१५ / जुलै, २०१६ / पुनर्मुद्रण : फेब्रुवारी, २०१८

P Book ISBN 9788177665208
E Book ISBN 9788184988017

E Books available on : play.google.com/store/books
m.dailyhunt.in/Ebooks/marathi
www.amazon.in

प्रिय सुनील,

व्यवसाय सगळेच करतात. किंबहुना सगळे व्यवसायच करतात,
तुम्हीही करता; पण तो फक्त व्यवसायच नसतो हा माझा अनुभव.
ती. बापूंच्या पश्चातही ते अजूनही आहेत, हे मानून त्याच दृष्टिकोनातून
बापूंच्या सर्वच पुस्तकांचा तुम्ही केलेला सांभाळ, धन्यवाद देऊन उतराई
होणार नाही.

हे पुस्तक तुम्हालाच अर्पण करून तसा छोटासा प्रयत्न करणार.

ती. बापूंचं हे पुस्तक आम्हा दोघांतर्फे तुम्हाला अर्पण...

स्वाती आणि सुहास

॥ श्री स्वामी समर्थ ॥

प्रिय ती. बापू,

सप्रेम साष्टांग नमस्कार!

तुम्ही अचानक भेटलात! अगदी काहीही ध्यानीमनी नसताना. खूप आनंद झाला. खूप खूप बरं वाटलं. तसे तुम्ही सातत्याने भेटतच असता. कधी स्वप्नांतून, कधी आठवणींतून, कधी तुमच्या फोटोंतून, कधी कॅसेटमधून, तर कधी लेखनातून. आजची भेट अशीच तुमच्या गोष्टींतून!

श्री. सुनील मेहतांचा फोन आला, तुमच्या पुस्तक स्वरूपात प्रकाशित न झालेल्या काही साहित्याचं धन सापडलंय! आणि आनंदाला पारावर राहिला नाही. म्हणूनच म्हटलं तुम्ही अचानक भेटलात!

गोष्टी वाचत गेले आणि भूतकाळ अगदी सदृश्य झाला. ह्यातल्या काही कथाबिजांवर आपली चर्चा झाली होती. तुम्ही ह्या कथा पूर्ण झाल्यावर तुमच्या नेहमीच्या सवयीप्रमाणे वाचूनही दाखवल्या होत्या. काही काही गोष्टी मात्र मलाही माहिती नाहीयेत ह्यातल्या. कुठल्या वर्षांच्या, किती जुन्या आहेत, हेही ठाऊक नाही. पण त्या जुन्या कथा, आजही नवीन; नव्हे ह्या चालू काळातल्याच वाटत आहेत.

जग बदललं असं सर्व जण म्हणतात! म्हणजे नक्की काय? ते माहीत नाही. कारण वृत्ती बदललेल्या अशा आजही दिसून येत नाहीत. उलट त्यात जास्तच भर पडत चालली आहे. आजही सासू-सुनांची भांडणं होतात, पैशांवरून मारामाऱ्या, खून आजही होतात. आणि असं बरंच काही, बऱ्याच जास्त प्रमाणात घडतच आहे. बरोबर आहे. जग बदललंच! पण ते उतरत्या भाजणीत! म्हणूनच ह्या कथा आजही कालबाह्य वाटत नाहीत.

एकंदरीतच घर किंवा माणसामाणसांमधले नातेसंबंध ह्यावर तुमचं फार प्रेम! म्हणूनच तुमचं साहित्यही ह्यांच्यासाठीच आहे. घर आणि घरातली माणसं...! 'संन्याशाचं बारसं' ह्या कथेबद्दल आपण बोलत होतो. म्हणजे तुम्ही बोलत होतात आणि मी ऐकत होते. माणसांना बोलतं करता करता तुम्ही त्या घराच्या भिंतींनाही बोलतं केलंत! त्या कथेतलं तुमचं एक वाक्य मला फार फार आवडलं आणि पटलेलं – पूर्व दिशा म्हणते 'भिंतींमध्ये ओल आली म्हणजे माणसं आर्किटेक्ट, इंजिनियर सगळ्यांचे सल्ले घेतात. जगातला कुठलाही इंजिनियर ठराविक ठिकाणी ओल का येते हे सांगू शकणार नाही. कारण ते भिंतींचे अश्रू असतात.'

खरंच बापू, आम्ही इतके कर्तृत्ववान आहोत की आम्ही माणसांनाच काय पण वास्तूलाही रडवू शकतो.

एक ही कथा, तर दुसरी अगदीच वेगळी. यशाची एक एक पायरी चढत चढत शिखर गाठणाऱ्या किरणची! त्याच्या घराची भिंत अभिमानाने मिरवणारी, हो ना? खरंच, ह्या अनेक घरांच्या अनेक भिंतींना काय वाटत असेल? भिंतीची एक बाजू - मालक वेगळा. दुसरी बाजू - मालक वेगळा! त्या त्या मालकांच्या स्वभावाप्रमाणे घराची जडण-घडण! प्रत्येकाचे आनंद, स्वार्थ, दु:ख, वेगळं, त्या त्या प्रमाणे ती वास्तू! माणसांनी कसंही वागायचं, अपयश आलं तर वास्तूदोष! यश आलं तर ते ज्याचं त्याचं स्वबळ!

जाऊ दे! तुम्ही भेटलात आणि पुन्हा काही वेगळे छान विचार देऊ केलेत. हे विचार आता ह्या पुस्तकाच्या रूपाने सर्वांपर्यंत पोहोचवत आहोत. निदान काही भिंती तरी भाग्यवान होतील आणि कायम कोरड्या राहतील!
आशीर्वाद द्या!

तुमची
स्वाती.

अनुक्रमणिका

संन्याशाचं बारसं...

“का ग? का हसलीस?” दक्षिण भिंतीनं पूर्व भिंतीला विचारलं.
“ह्या खोलीत काय चाललंय पाह्यलं ना?”
“नवीन काय? — बारसं.”
“ते मलाही कळतंय. पण बारसं कुणाचं?”
“पाळण्यातल्या बाळाचं.”
“हीच सगळ्यांची समजूत आहे.” पूर्व म्हणाली.
“मग तुला काय म्हणायचं आहे?”
“बारसं आहे, पण निव्वळ एका लहान बाळाचं नाही. बारसं आहे एका संन्याशाचं.”
“पश्चिम आणि उत्तर तुम्ही गप्प का?”
“पूर्वेचं नाव अपूर्वा ठेवायला हवं होतं, तिला नेहमीच काहीतरी वेगळं म्हणायचं असतं.” पश्चिम म्हणाली.
“मी तेच म्हणणार होते.” उत्तरेनं हजेरी लावली.
“संन्यासी कुणाला म्हणतात?” पूर्वेनं उरलेल्या तीन भिंतींना प्रश्न विचारला.
“संसाराचा त्याग करून जातो त्याला.”
“तो कुठे जातो?”
“विजनवासात. आश्रम बांधून राहतो. ऐहिक सुखाकडे पाठ फिरवतो. फार धाडस लागतं असा त्याग करायला.” दक्षिण म्हणाली.
“थोडं वेगळं सांगू का?”
“अवश्य.” तिन्ही भिंती एकदम म्हणाल्या.
“मग ऐका. संसार सोडून पळणाऱ्याला ‘भेकड’ म्हणतात. तो संसार सोडतो, आश्रमात राहतो आणि मग सांगत सुटतो, ‘हा माझा आश्रम.’ संसार शब्दाची जागा ‘आश्रम’ घेतो. हिंदी भाषेत अशा माणसांना ‘भगोडा’ म्हणतात. ज्या माणसांचा ‘मी’,‘माझा’ हा भाव गळून पडलाय, तो संसारात असूनही संन्यासी असतो. ‘इदं न मम’ असं म्हणत हिरीरीनं जो संसार करतो तो श्रेष्ठतम पुरुष. अशा माणसांचं प्रेम, फार कशाला, अशांचा शृंगारही संन्यासाचं दुसरं रूप असतं. अशा माणसांच्या चेहऱ्यावर एक वेगळी शांती असते. अशा व्यक्तीचा भाव समोर आणा आणि मग ते पाळण्यातलं मूल पाहा. म्हणून मी म्हणते,

संन्याशाचं बारसं आहे. नीट पाहा. पाळण्यात डोकवा.''
''तू म्हणालीस ते पटलं.'' पश्चिम म्हणाली.
''पूर्व पश्चिम ही दोन टोकं.'' दक्षिणेची कॉमेण्ट. त्यावर पश्चिमेनं चपखल उत्तर दिलं. ती म्हणाली,''दोन टोकं हे मान्य. तरीसुद्धा चार दिशा म्हणजे युतीचं सरकार नव्हे. त्यांना एक देश सांभाळता येत नाही, याउलट आपण चौघी युगानुयुगं पृथ्वीवर नियंत्रण ठेवून आहोत आणि तरीही पृथ्वीच्या स्वायत्ततेला धक्का लागलेला नाही. निसर्गनिर्मित गोष्टी खंड पाडतच नाहीत, म्हणूनच मानव निसर्गावर मात करू शकला नाही. पूर्व म्हणते ते खरं आहे.''
''आम्हालाही पटलं.''
''आपल्या चौघींची युती झालेली नाही. आपण ह्या विशाल धरित्रीच्या कन्या आहोत.''
''तरीसुद्धा ही पूर्व आपल्या तिघीत उजवी आहे, वेगळा विचार.''
''आणि कुणीही तो खोडून काढू शकत नाही.''
पूर्व म्हणाली,''माझा वेगळा विचार करायची काय गरज? केवळ काटकोनात आपल्याला उभं केलंय म्हणून आपल्याला भिंत म्हणतात. आपली माती एकच आहे. अंतरंग आणि बहिरंग ह्यात फरक नाही. आपण कुणाचंही विभाजन करीत नाही. माणसांनी त्यांच्या सोयीसाठी दिवाणखाना, बेडरूम अशा खोल्या केल्या. आपण माणसांना साथ दिली.''
''माणसंही माणसांना एवढी साथ देत नाहीत.''
''माणसामाणसातल्या भिंती आपल्यापेक्षा पक्क्या बांधणीच्या.''
''अहंकाराच्या विटांवर नम्रतेचं, निगर्वीपणाचं प्लॅस्टर. पक्कं बांधकाम. आपल्याला अहंकार नाही ह्याचाच अहंकार. तो दर्शविण्यासाठी बारशासारखे सोहळे. चर्चा अंगावरच्या शालू, पैठण्यांची आणि दागदागिन्यांची.''
''हे ह्या खोलीत. बाहेर काय चाललंय?''
''पुरुषांची ड्रिंक पार्टी. त्याची तयारी चालू आहे. सगळ्या समारंभाची व्हिडिओ फिल्म काढणार आहेत. पाळण्यातला जीव मुक्त आहे. डोळे मिटून तो जीव समाधीत गेलाय. आता एकेका फॅमिलीकडून, मैत्रिणींकडून बाळंतविडे येतील.''
''ए, आपल्या अंगावर ह्या विजेच्या माळा सोडल्या आहेत. शॉक बसायचा नाही ना?''
''शॉक वगैरे नंतरच्या गोष्टी झाल्या. एकेक फूट अंतरावर पताका सोडल्या आहेत. चिकट सेलोटेपनं त्या अंगाला चिकटविल्या आहेत. माझ्या अंगाला त्या त्या ठिकाणी खाज सुटली आहे. या माणसांनी दुसऱ्याचा कायम वापर केला आहे आणि कायम सोसावं लागणार आहे आपल्याला. स्वत:च्या आनंदासाठी...''

“उत्तरे, उद्या एक आयडिया करायची. सेलोटेप काढायला लागले की आपण त्या घट्ट धरून ठेवू. तिथला रंग आणि काही ठिकाणी प्लॅस्टरच्या खपल्या पडतील. फुटाफुटांवर त्याचे डाग राहतील. ज्या डेकोरेशनचं आज कौतुक झालं, त्याचा उद्या उद्धार होईल.”

“आपण ऐकूच सगळं.”

“नाहीतरी म्हणताताच, भिंतींना कान असतात.”

“मानवांचा तेवढाच समज आहे ते ठीक आहे. भिंतींना डोळे असतात, असं म्हणायचं धाडस माणूस करणार नाही, कारण त्यांना घरात राहताच येणार नाही.”

“टाळी दे.” उत्तर पूर्वेला म्हणाली.

“कोपऱ्यावर भेट, मग देते.”

“कामावर जाण्यापूर्वी डेकोरेशन काढून जा.”

“माय गॉड.”

“भाऊनं एकट्यानं डेकोरेशन केलं. ह्या क्रेपच्या पट्ट्यांचं छत बनवायचं म्हणून भाऊ किमान साठ-सत्तर वेळा स्टुलावर चढला असेल.”

“व्हेरी गुड. श्यामा, तू असंच कर. पुन्हा भाऊलाच बोलाव. त्याला स्टुलावर चढायचा सराव झाला आहे. डेकोरेशन वगैरे गोष्टी मला जमत नाहीत. तो प्रांत माझा नाही.”

“एकदा तो प्रांत माझा नाही, असं जाहीर केलं म्हणजे तुमची सुटका होते. तुमचा नेमका प्रांत कोणता, हे एकदा सांगून ठेवा.”

“जशी वेळ येईल, त्याप्रमाणे सांगीन.”

“ते प्रांत वगैरे मला काही कळत नाही. त्या क्रेपच्या पट्ट्या काढल्याशिवाय कामावर जायचं नाही. दुपारी आम्हाला पंखा लावता येणार नाही.”

“रघू, श्यामा सांगतेय ते बरोबर आहे. तुला ते सजावट वगैरे जमत नाही, इथपर्यंत ठीक आहे. आता क्रेपच्या पट्ट्या नुसत्या ओढून काढायच्या आहेत. मोडतोडीचा तर मामला आहे...”

“आणि मोडता घालण्यात तुमचा हातखंडा...”

“ह्या जोड्याचीच वाट पाहत होतो. आता तुझा दिवस चांगला जाईल.”

“पट्ट्या काढा आधी.”

“बाईसाहेब, तुमच्या बंधुराजांनी वाट लावली बघा सगळ्या हॉलची.”

“काय झालं?”

“सेलोटेपमुळे भिंतींचा रंग जातोय. खपल्या निघताहेत. प्लॅस्टिक इमल्शन रंग

लावला होता. आता बोलवा तुमच्या भाऊरायांना. बाहेरची खोली रंगवायचा खर्च टाक, म्हणावं.''

''असं होईल, असं त्याला स्वप्न पडलं होतं का? त्यानं मुद्दाम केलं का?''

''झक् मारली आणि डेकोरेशन केलं.''

''इथंच थांबलात तर बरं होईल?''

''मला कुणाची भीती आहे?''

''मग वाट्टेल ते बोला.''

''झक् मारली आणि बाप झालो.''

''मी अबॉर्शनबद्दल विषय काढला होता.''

''ते आमच्या मातोश्रींना घाबरून.''

''माझं घाबरणं उगीच नव्हतं. दिवस गेल्याचं कळल्यावर त्यांनी माझ्याशी अबोला धरला होता, आठ दिवस.''

''पण आता आईच चोवीस तास नातवाला मांडीवर घेऊन बसते, ते तुला दिसत नाही. ॲम आय राइट? ह्याला आजीपण म्हणतात. समझी?''

''मी समजून आहे. त्या आजी झाल्या, तुम्हालाच अजून बाप होता येत नाही, याचं नवल वाटतं. आम्ही बायका बऱ्या. मूल जन्माला येताच बाईची आई होते.''

''आचार्य अत्र्यांनी म्हटलंय ते उगीच नाही. स्त्री ही क्षणाची पत्नी तर अनंत काळाची माता असते.''

''अत्रेही शेवटी एक पुरुष. ते जर जन्मानं स्त्री असते तर त्यांनी लिहिलं असतं,'पुरुष एका त्या क्षणापुरता प्रेमानं अगं अगं करणारा एक प्रियकर आणि गरज भागताच अरेरावी करणारा एक सैतान असतो.''

''आता एक शब्द बोललीस तर...''

''काय कराल? हात उगाराल, एवढंच ना?''

''अरे रघुवीर, काय चाललंय मघापासून? नवराबायकोच्या भांडणात पडायचं नाही म्हणून इतका वेळ गप्प बसले. तुला पट्ट्या काढायला सांगितलं होतं!...''

''सगळ्या काढून झाल्या. चारही भिंतींची कशी वाट लागली आहे, पाहा.''

''काय रे रघु, हे डाग आता कायमचे का?''

''पुन्हा रंग काढीन तोपर्यंत कायम. मी उगीच नाही चिडत.''

''बरं आता कामावर पळ. उरलेलं चिडणं आता संध्याकाळी.''

''उत्तरे, ऐकलंस का?'' —पश्चिमेनं विचारलं,

''शब्द न् शब्द.''

"कालचा आनंदसोहळा, त्याचा शेवट असाच व्हायला हवा होता का?"
"पंच्याहत्तर ते ऐंशी टक्के भांडणं 'मी कुणीतरी आहे' अशा वृत्तीतून निर्माण होतात. इथं माणसं मूळ हेतू विसरतात. भिंतींची म्हणजे रंगाची विल्हेवाट लावावी हा डेकोरेशन करण्यामागचा हेतू होता का? डाग पडले, प्लॅस्टर निघालं हा एक अपघात आहे, एवढं भान रघुवीरला हवं होतं."
"माणसं स्वत:ला सुशिक्षित समजतात..."
पूर्व पुढे म्हणाली,"माणुसकी आणि शिक्षण यांचा काय संबंध? पदव्यांनी अहंकार वाढतो. अहंकार माणसाला बेभान करतो. बेभान झाल्याशिवाय माणूस ज्याप्रमाणे भांडू शकणार नाही, त्याचप्रमाणे तो प्रेमही करू शकणार नाही. बुद्धी गहाण ठेवल्याशिवाय माणूस कोणत्याही विकाराच्या आधीन होणार नाही, म्हणूनच बुद्ध म्हणतात 'जागो.' तुम्ही तिघींनी पुन्हा ते पाळण्यातलं संन्यस्त रूप पाहावं. त्या जीवाला डेकोरेशन पण माहीत नाही आणि आजचं आईवडिलांचं भांडण पण त्याच्या गावी नाही."
"आत्ता लहान आहे म्हणून. मोठेपणी काय करील सांगता येईल?"
"आपल्याच देखरेखीखाली ते जास्तीत जास्त वाढणार आहे."
"त्याच्यादेखत ह्यांची भांडणं होणार का?"
"भांडणासाठी वेगळा फ्लॅट घ्यायचा काय?"
"मुळात भांडायचंच का?"
"मघाशीच सांगितलं, अहंकार."
"तो माझा प्रांत नाही असं म्हणणाऱ्या रघुवीरनं भांडण हा माझा प्रांत नाही, असं का म्हणू नये?"
"पश्चिमेने फार चांगला प्रश्न विचारला. उत्तरेकडे काही उत्तर आहे का?"
"दक्षिणे, माझं नावच फक्त उत्तर आहे, पण माझ्याजवळ एकही उत्तर नाही. आपल्या चौघीत पूर्व खरोखरच अपूर्व आहे."
"तिला सूर्याचं पाठबळ आहे, तिच्यापाशी तेज आहे. सांगून टाक बाई पश्चिमेच्या प्रश्नाचं उत्तर."
"सोपं आहे. 'तो माझा प्रांत नाही' असं सांगण्यामागे समजुतीचा भाग नाही, तर आकस आहे. तो प्रांत हवा आहे, पण मिळणार नाही, ह्याची जळजळ आहे."
"कशावरून?"
"डेकोरेशनची तारीफ सगळ्या मित्रांनी केली. काही मित्रांनी तर फोटोच्या कॉपीजही मागितल्या. सुरुवातीला रघूनं डेकोरेशन आपणच केलं असा बहाणा केला; पण शेवटी भाऊचं नाव सांगावंच लागलं. मग भाऊची भरपूर

वाखाणणी झाली. अशा वेळेला 'तो प्रांत आपला नाही' असं म्हणायचं; पण तेही अशा पद्धतीनं की, 'तशीच वेळ आली तर मीही करू शकतो.' असा ऐकणाऱ्यांचा समज व्हावा. ओळखणारे ओळखतात. सर्वांत प्रथम ओळखणारी पत्नी असते ती तसं सोडत नाही. बायकोसमोर नमतं घ्यावं लागतं, ही जास्तीची खंत. म्हणून जास्तीत जास्त संघर्ष बायकोबरोबर.''

''जी व्यक्ती सर्वांत जवळची त्या व्यक्तीबरोबर हे असं वागणं?''

''राग आणि प्रेम ह्या एकाच नाण्याच्या दोन बाजू आहेत.''

''अजब आहे.''

''मी म्हणते रास्त आहे. जिथं जास्तीत जास्त प्रेम असतं, तिथं तेवढ्याच प्रमाणात अपेक्षा असतात. अपेक्षापूर्ती झाली नाही म्हणजे दुसऱ्या व्यक्तीशी तुलना आली आणि तुलनेसारखी दुसरी हेटाळणी नाही.''

''हे सगळं भयानक आहे.''

''आहेच. पण माणसांना हे कोण सांगणार? खरं तर माणूस हा आनंदरूप आहे.''

''म्हणजे काय?''

''पुन्हा सांगतो, पाळण्यातल्या संन्याशाकडे पाहा. त्या एवढ्याशा जीवाचा चेहरा बघा. कोणताही भाव नाही. सोहळे किंवा संघर्ष करा, त्याचं कुणाशीच नातं नाही. हे आनंदरूप; कारण अजून बुद्धीचा समावेश झालेला नाही. बुद्धी आली की संपलं. सुख संपलं.''

''नक्की कसं ते सांगा.''

'' ती वेळही येणारच आहे.''

''ओंकार, ए ओंकार, इतक्या हाका मारल्या, तुला 'ओ' म्हणता येतं की नाही?''

''मला काकांकडे नाही यायचं.''

''मी तुला शेजारी सरोजकडे ठेवून जाणार नाही.''

''ती मला 'ये' म्हणाली.''

''तू लगेच भोकाड पसरतोस म्हणून 'ये' म्हणाली असेल. तिला आज चार वाजता भिशीला जायचं आहे.''

''मी तिच्याबरोबर जाईन.''

''चालायचं नाही. माझ्याबरोबरच आलं पाह्यजे.''

''मला काकांकडे कंटाळा येतो.''

''त्यांच्याकडे मांजर आहे.''

''फुस्, मांजराशी किती वेळ खेळणार?''
''ते मला माहीत नाही. सारखं खेळलं पाह्यजे असंही नाही. मी बरोबर व्हिडिओ-गेम घेणार आहे!''
''फुस्, त्याच्यात सेल नाही.''
''आज जाताना सेल टाकून घेऊ.''
''दुसरा व्हिडिओ-गेम घेणार असलीस तर येतो.''
''बरं बाबा, दुसरा गेम घेऊ. हा बाबासूट तयार ठेवलाय.''
''मला ब्लू कलर नको. रेड हवा.''
''हा काय वाईट आहे?''
''ह्या ड्रेसवरचे मॅचिंग बूट फाटलेत.''
''लाल बूट घाल.''
''ब्लू ड्रेस आणि बूट लाल?''
''तू छळ मला. एरवी हे छळतात.''
''हे कोण?''
''दुसरं कोण? तुझे बाबा?''
''मी काय केलं?''
''हा ड्रेस नको. तो बूट नकोत, हा छळ नाही का?''
''तू हिरव्या ड्रेसवर लाल ओढणी घेशील का?''
''एक थप्पड मारून उत्तर देते.''

''केव्हा तरी उत्तर देईन, असं मी म्हणाले होते, ते आठवलं का पश्चिमे?''
''आमच्या तिघींच्या लक्षात आहे.''
''लहान मूल नकार देऊ लागलं, अडवणूक करायला लागलं की ओळखावं की त्याची बुद्धी जागी व्हायला लागली आहे. मनाचा, हृदयाचा धर्म होकाराकडे असतो, कारण हृदय आपण जन्मापासून आणलेलं असतं. बुद्धी आपण समाजाकडून घेतलेली असते आणि बुद्धीचा धर्म नकारात्मक असतो.''
''का पण?''
''नाही म्हणण्यात मोठा आनंद असतो. नकार दिला म्हणजे मग व्यक्तीच्या अस्तित्वाला अर्थ येतो. जो प्रत्येक गोष्टीला 'हो' म्हणतो, त्याच्या होकाराला कालांतरानं अर्थ उरत नाही. अशा व्यक्तीला नेहमी गृहीत धरलं जातं. तरीसुद्धा ज्याच्या जीवनाची इमारत नकारावर उभी आहे तो नास्तिक. पण त्यातही गंमत आहे. जो कायम नकार देतो, त्याला दुसऱ्यानं दिलेला नकार चालत नाही. त्या एवढ्याशा जीवाला मारहाण करून बाहेर नेणं, ह्यात काय अर्थ होता?''

“मुलांना सवयी लावल्या कुणी? भारंभार कपडे, मॅचिंग बूट हे सोपस्कार कुणी शिकविले?”
“इथंही अहंकार आहे. समाजात तो माझा मुलगा म्हणून ओळखला जाणार आहे, त्यासाठी सगळं. आता हा चार वर्षांचा ओंकार — आईला चावणारा — बाबांवर हात उगारतो म्हणून मार खाणारा — त्याच्या बारशाच्या संन्यस्त रूपापासून किती अंतरावर गेला, पाहिलंत? आणखी किती दूर जाणार आहे, ते पाहायचं.”

“बाबा, दत्तूकाकांचा फोन आहे.”
“त्याला सांग मी घरात नाहीये.”
“पण मी आत्ता ‘आहे’ म्हटलं.”
“मग सांग काहीतरी.”
“दत्तुकाका, सॉरी. मी बाबांना जाताना पाह्यलं नव्हतं म्हणून आहेत असं म्हणालो. ओके, बाय, गुड डे.”

“हॅलो, कोण दत्तूकाका, बाबा आजपण घरात नाहीऽएत होऽऽ, मी चार दिवसांपूर्वी तुमचा फोन होता म्हणून बाबांना बोललो होतो. ओके, आज पण नक्की सांगेन. थँक यू, बाय ऽऽऽ!”
“ओंकार, कुणाशी बोलतोयस्?”
“बाबा, बोलणं संपलंसुद्धा.”
“अरे पण, फोन कुणाचा होता?”
“दत्तूकाकाचा होता.”

“दक्षिणे, पाहिलंस त्या एवढ्याशा जीवाला किती मार खावा लागला. अगं, ती पश्चिम तर रडतेय.”
“काय झालं ग?”
“आज हे अजाण मूल पहिल्यांदा खोटं बोलायला शिकलं, तेही घरातच. स्वत:च्याच वडिलांकडून.”
“या ठिकाणी काय करायला हवं होतं, असं तुझं मत आहे.”
पश्चिम म्हणाली,“मी काय सांगणार? आपल्या सगळ्यांची उत्तरं पूर्वेकडे आहेत. माझ्या डोळ्यांतून पाणी का आलं, तेवढंच फक्त मी सांगू शकेन. ओंकारचा जीव केवढासा. काही दिवसांपूर्वी या घरात एक प्रवचनाची कॅसेट लावली होती. दक्षिणे, तुला आठवतं.”
“त्या कॅसेटमधला शब्दन् शब्द माझ्या लक्षात आहे. रघुवीरच्या वडिलांनीच

आणली होती. त्यातलं एक महत्त्वाचं वाक्य 'माणूस जन्माला येतानाच हृदय घेऊन जन्माला येतो. तो बुद्धी समाजाकडून शिकतो.''
उत्तर म्हणाली,''परवाच या मुद्यावर आपण बोललो म्हणूनच अशा प्रसंगी रघुवीरने काय करायला हवं होतं?''
पूर्व म्हणाली,''रघुवीरने पहिल्यांदा जेव्हा ओंकारला 'मी घरात नाही' असं सांगायला लावलं आणि ओंकारने त्याप्रमाणे उत्तर दिलं. त्यानंतर रघुवीरने ओंकारला सांगायला हवं होतं, 'हे दत्तूकाका आहेत ना फार छान आहेत. तुला ते आवडतात. मलाही आवडतात; पण आज ते लगेच मला भेटायला आले असते. आज माझं डोकं खूप दुखतंय म्हणून मी तुला खोटं सांगायला सांगितलं.' पुन्हा जर फोन आला तर प्रत्येक वेळी असं करायचं नाही.''
पश्चिमेच्या डोळ्यांतून पाणी यायला लागलं.
''तुला काय झालं नेमकं?''
''मला माणसामाणसांतले हे व्यवहार कळत नाहीत. या अशा गोष्टींमध्ये मुलांना मध्ये घ्यायचंच नाही. स्वत: रघुवीरने फोन घेऊन जे कारण होतं ते मोकळेपणी सांगायला हवं होतं. तुमची मैत्री जीवापाड असेल तर गैरसमज होण्याचं काहीच कारण नाही. किंबहुना, अशा मैत्रीतच सुरक्षितता वाटली पाहिजे. भिंतीमध्ये ओल आली म्हणजे माणसं आर्किटेक्ट, इंजिनियर सगळ्यांचे सल्ले घेतात. जगातला कुठलाही इंजिनियर ठराविक ठिकाणी ओल का येते, हे सांगू शकणार नाही. कारण हे भिंतींचे अश्रू असतात.''

''पप्पा, आज आमचा रिझल्ट होता.''
''हं, पुढे. गचकलात की पास झालात?''
''मुलाशी नेहमी वाकड्यात शिरून का बोलता?''
''वाकडं आहे का सरळ आहे ते राहू दे बाजूला. मला काय हवंय ते त्याला समजलं ना.''
''हीच माहिति तुम्हाला वेगळ्या तऱ्हेने मिळवता आली असती.''
''म्हणजे कशी?''
''मुलानं रिझल्ट लागला हे सांगितल्याबरोबर त्याला जवळ घ्यायचं. त्याच्या तोंडावरून हात फिरवायचा आणि गोड शब्दात विचारायचं...''
''ह्यॅऽ, आपल्याला हे असं काही जमत नाही. तो आमचा प्रांत नाही.''
''घराचा नकाशा तुमच्या या विधानांनी आता संपूर्ण भरलाय. संसारातला एकही प्रांत तुमचा नाही हे आम्हाला समजलंय. खरं तर तुम्ही आता निर्वासित झाले आहात.''
''हाकलून देणार आहेस का?''

''शक्य असतं तर हे कधीच घडलं असतं.''
''म्हणून तर बायकांना मी स्वातंत्र्य देत नाही.''
''मूळ मुद्दा राहिला बाजूला. ओंकारला रिझल्टबद्दल विचारा ना. माझ्याशी वादविवाद करण्याच्याऐवजी ते जास्त आवश्यक आहे. कमीत कमी मुलगा कितवीत आहे आणि कुठल्या इयत्तेत गेला हे तरी तुम्हाला कळेल. ओंकार, तुझ्या पिताश्रींना तू कितवीत गेला आहेस ते सांग.''
''पप्पा, मी सहावीत गेलो.''
''म्हणजे आता पेढ्यांचा खर्च.''
''आपल्याला काय कमी आहे हो?''
''आपल्याला काहीच कमी नाही, त्याप्रमाणे खर्चही कमी नाहीत.''
''जाऊ दे, तुमच्याशी बोलण्यात काही अर्थ नाही. दुसऱ्या माणसाशी चार सरळ शब्द बोलायची ज्याला इच्छा होत नाही, त्या माणसाने लग्नच करू नये.''
''म्हणशील तेव्हा घटस्फोट देतो. वीस हजार रुपयांपर्यंत पोटगीही देतो. आय कॅन इझिली अ‍ॅफोर्ड दॅट मच अमाउंट पर मन्थ.''

''दक्षिणे ऐकलंस.''
''ऐकतेय.''
पूर्व म्हणाली,''गरजेपेक्षा जास्त संपत्ती हातात आली म्हणजे तिला अशाच वाटा फुटतात. भरपूर पैसा मिळाला म्हणजे माणसं सुखात राहतात, ही कल्पना साफ चुकीची आहे. मुळातच सुखी असलेला माणूस संपन्न झाला तर लक्ष्मीचासुद्धा आदर होतो आणि इतकं करून मुलगा पास झालाय की नापास हे या घराला समजलंच नाही.''

''हे पत्र वाचा.''
''घरात पाऊल टाकल्याबरोबर मला असली कामं सांगू नकोस म्हणून तुला कधीच सांगितलं आहे.''
''मोठ्याने वाचून दाखवलं तर स्वारींना काही तकलिफ होईल का?''
''ठीक आहे, वाचा.''
''ऐका,

श्रीयुत रा. रा. पुरंदरे,

कळविण्यास वाईट वाटते की, आपला पाल्य ओंकार याला पाचवीच्या परीक्षेत यश मिळालेलं नाही. तरीही तो हट्टाने सहावीच्या वर्गात बसतो. आपण शाळेत येऊन भेटावं.

आपला,

रावसाहेब गरुड.

"उत्तम, तू जाऊन भेटून ये."

"त्यांनी तुम्हाला बोलावलंय."

"हे मला सांगायच्याऐवजी प्रिन्सिपॉलला भेटायचं आणि सांगायचं, 'मि. पुरंदऱ्यांना सवड नाही. शाळेची वेळ आणि ऑफिसची वेळ एकच आहे.' त्याशिवाय तूही पालक आहेसच. मला वेळ कुठेय?"

"तुम्हाला ओंकारकडे पाहायला आतापर्यंत वेळ मिळाला का? घरी आल्यावर लगेच बाहेर पडता. रात्री साडेनऊ-दहाला परत येता. ओंकारशी दोन शब्द तरी बोलता का? जन्म देणं सोपं आहे. संगोपन करणं अवघड असतं."

"ते आम्हाला कधीच माहिती आहे. लक्षात आल्याबरोबर ठरवलं की तो आमचा प्रांत नव्हे. गरज लागल्यावर पैसे देतो एवढं तरी मान्य करशील ना?"

"नुसता पैसा फेकून संसारात सगळ्या गोष्टी होत नाहीत."

"मी तुला एकदा उत्तर दिलं. मला जायला जमणार नाही."

"कमीत कमी चिरंजीवांना 'खोटं का बोललास,' हे विचाराल का?"

"कशाला डोक्याला ताप. जास्तीत जास्त काय होईल, मॅट्रिकला एक वर्ष उशिराने पास होईल. त्याने काही फारसं बिघडत नाही."

"उत्तरे, ऐकलंस. एकमेकांना सांभाळायचं, जोडीदारावर प्रेम करायचं, असा विचार करून माणसं संसाराला प्रारंभ करतात. मूळ विषय काय होता आणि तो कुठे येऊन पोहोचला याचा अजब नमुना आहे की नाही?"

"या रघूला नेमकं काय हवंय?"

"याचा विचार करता करता प्रत्यक्ष रघुवीरचा बाप वैतागला होता. मरताना त्याने श्यामाला सांगितलं, "अत्यंत विचित्र स्वभावाच्या नवऱ्याशी तुझं लग्न झालं आहे. त्याच्याशी संवाद होत नसतो. तो किती इल्लॉजिकल बोलतो हे तुला प्रत्येक प्रसंगी समजेल. संसाराची जबाबदारी तुलाच उचलावी लागणार आहे. ओंकारची आईही तूच आणि बापही तूच.' तुम्ही ऐकलंत ना सगळ्यांनी?"

"त्या वेळी त्यांचं बोलणं इतकं स्पष्ट ऐकू येत नव्हतं."

दक्षिण म्हणाली, "त्यांची कॉट मला चिकटूनच होती म्हणून त्यांचा खोल गेलेला आवाज मला ऐकू आला."

पश्चिम म्हणाली,"या घरात आपल्याला काय काय दिसणार आहे कुणास ठाऊक ?"

उत्तरेने आपली हजेरी लावली आणि तिने सांगितलं,

"रघूचा तऱ्हेवाईक स्वभाव श्यामाने किती वर्षं सोसायचा? आणि असं वागून

रघू तरी नेमकं काय मिळवतो. श्यामाने खरं तर बंड करून उठलं पाहिजे.''

''ती या वृत्तीतली नाही. सगळं सहन करणारी आहे. ही खात्री झाल्यावरच रघुवीरने कसं वागायचं हे ठरवलं.''

''पण यात आनंद कुठला?''

''दुसऱ्याला पीडा देणं हाच आनंद. त्याला सॅडिस्ट म्हणतात. श्यामाने न बोलता नवऱ्याची अडवणूक केलेली आहे. नवऱ्याचा स्वभाव समजल्यावर तिने दुसरं बाळंतपण होऊ दिलं नाही.''

तोंडावर हात ठेवत पश्चिम म्हणाली,''बापरे, या एका विषयावरून, रात्री सगळे झोपल्यावर श्यामा आणि रघू यांच्यातल्या शाब्दिक मारामाऱ्या आपण किती महिने ऐकल्या?''

''त्या रात्रींची आठवणंच काढू नकोस. त्या दोघांनाही झोप नाही आणि याशिवाय आपल्या चौघींनाही जागरण.''

''पश्चिमे, एवढी जागरणं होऊनसुद्धा अजून आपण उभ्या कशा, याचंच आश्चर्य वाटतंय.''

पूर्व म्हणते,''चैतन्य फक्त जित्याजागत्या माणसांतच असतं असं नाही. आपल्यासारख्यांजवळ ते चैतन्य तमोगुणापायी जास्त आहे, म्हणून आपण स्थिर आहोत. एकमेव चालणारी भिंत होती, ती ज्ञानेश्वरांच्या काळात. बाकी सगळ्या टोलेजंग इमारतींच्या भिंती स्थिर आहेत.''

''चिरंजीव, तुम्हाला सहावीच्या वर्गात बसायचंय ना? उद्यापासून तुम्ही सहावीच्याच वर्गात बसा.''

''आई, मी सहावीच्या वर्गात बसणार.''

''हा सांगतोय ते खरं आहे का हो?''

''आपण भेटून आलात. काय उपयोग झाला? ते कोण गरुड का वटवाघुळ, त्यांचे शेरे ऐकून परत आलात. आम्ही गेलो आणि काम फत्ते झालं.''

''तेच कसं? हे मला हवंय.''

''श्यामाबाई, दहा हजार रुपयांची रक्कम साध्या प्रिन्सिपॉलला वाटते तेवढी लहान नाही. रक्कम हातात ठेवल्याबरोबर म्हणाले,'तुमचा मुलगा उद्यापासून सहावीत बसेल'.''

''पप्पा, तुम्ही आमच्या सरांना दहा हजार रुपये दिलेत.''

''होय बेटा! तुझ्यासाठी मी काहीही करीन. फक्त हे कुठेही बोलायचं नाही.''

''तुम्ही ही वाईट प्रथा पाडत आहात. अशाने ओंकार कधीच अभ्यास करणार नाही.''

''बाईसाहेब, प्रथा अगोदरच पडलेली आहे. लाखो रुपयांचे व्यवहार चालतात. वर्तमानपत्रात रोज एक भ्रष्टाचाराची बातमी असते. आपण त्या मानाने थोडंसं उदक सोडलं इतकंच. चिरंजिवांचं एक वर्ष वाचलं याला काहीच किंमत नाही का?''

''मला हे प्रशस्त वाटत नाही.''

''म्हणून तर तुमचं आमचं जमत नाही. काळाबरोबर जगायला शिकलं पाहिजे.''

''आपला ओंकार दहावी पास झाला.''

''कशावरून?''

''माझ्या भावाच्या ओळखी आहेत. चोवीस तास अगोदर रिझल्ट सांगेन, असं तो म्हणाला होता. आज तरी कमीत कमी ओंकारशी नीट वागा. त्याला काहीतरी घेऊन द्या.''

''महिना पाचशे रुपये पॉकेटमनी देतोय, आणखीन् काय द्यायचं? फार तर या वर्षापासून पॉकेटमनी हजार रुपये करू. मला प्रथम कानड्यांना फोन करू दे.''

''ते फोनबिन नंतर करा.''

''अरे, पोरगं त्यांच्यामुळे पास झालंय.''

''कानड्यांना आदल्या दिवशी संपूर्ण प्रश्नपत्रिका मिळायची. त्याप्रमाणे त्यांनी अभ्यास करून घेतला.''

''हे सगळं उघडकीला आलं तर परीक्षा रद्द होणार नाही का?''

''यंदा बहुसंख्य आमदार आणि खासदारांची मुलं परीक्षेला बसली होती. त्या सगळ्यांचे वांधे होतील. परीक्षा पुन्हा घेण्याचं नावच काढू नकोस.''

''या प्रकारचं यश मला मंजूरच नाही.''

''ठीक आहे. तुम्ही पेढे खाऊ नका.''

''तुम्हा सगळ्या लोकांना ही घटना फार साधी वाटते का? एक पिढीच्या पिढी बरबाद होत आहे. त्याबद्दल तुम्हाला काही वाटत नाही का?''

''मी एकटा समाज बदलू शकणार आहे का?''

''जे काही करू शकतो ते एकटा माणूसच करू शकतो. संपूर्ण समाज कधीच तत्त्ववादी असू शकत नाही. क्रांतीचा उठाव एक माणूस अगोदर करतो आणि मग समाज पाठीशी उभा राहतो.''

''तो प्रांत आपला नाही.''

''ओंकार.''

''मगाचपासून नुसतं ओंकार, ओंकार एवढंच म्हणते आहेस. पुढे बोल ना.''

''ओंकार, मला खूप भीती वाटत आहे.''
''कशाची?''
''यातून काही भानगड निर्माण होणार नाही ना?''
''शशी, मी स्वत: अजून त्या धुंदीतून बाहेर आलो नाही आणि तू काय पुढच्या गोष्टींची काळजी घेतेस? जास्तीत जास्त काय होईल? तुला दिवस राहतील. माझ्या पप्पांच्या इतक्या ठिकाणी ओळखी आहेत. ऑपरेशन करून टाकू. कुणाला कळणार आहे?''
''ऑपरेशन वगैरे नको रे, भीती वाटते.''
''बापरे, हा हा म्हणता पाच वाजले का? आता आवरायला हवं. आमचे तीर्थरूप टपकतील. ऊठ, ऊठ! अजून लोळतेस काय?''
''तू म्हणतोस तशीच नशा मलाही चढलेली आहे. खरंच ओंकार, पुन्हा आयुष्यात अशी एखादी दुपार येईल का?''
''म्हणशील तेव्हा आणू.''
''दोघांच्या घरात माणसांची सारखी वर्दळ असते. तुझ्या आणि माझ्याही. आज आपण ॲक्सिडेंटली भेटलो. आनंदाचा उलगडा व्हायच्या आत तो क्षण आला आणि गेला. आता जाणिवेनं एकत्र यावंसं वाटतं. सांग ना.''
''पुढच्या आठवड्यात व्यवस्था करतो.''
''असा एकांत पुन्हा मिळेल असं वाटतंय?''
''हॉटेल्स काय ओस पडली आहेत का?''
''हॉटेल? नको, नको. फार बभ्रा होईल.''
''झाला तर झाला. हू बॉदर्स? तू कपडे पटकन् ठीकठाक कर बरं, आता केव्हाही बेल वाजेल.''
''ॲम आय ऑल राइट?''
''एकदम, ओके. जसं काही घडलंच नाही.''
''पप्पा यायच्या आत पळून जाऊ. आता इथून निघू.''
''पप्पा बारकाईने सगळी चौकशी करतात का रे?''
''का?''
''आमच्या घरात कुणीच कुणाशी फारसं बोलत नाही. मी त्याचा फायदा घेते. बाहेर पडताना नुसतं 'जाऊन येते' असं म्हणते आणि दार ओढून घेते.''
''आमच्या घरात याहून वेगळं काय आहे? आमचे पप्पा माझ्याशी कधी दहा मिनिटं बोलल्याचं आठवत नाही. दहा हजार रुपये मागितले तर एका मिनिटात देतील. पण दोन शब्द बोलायला त्यांना सवड होणार नाही.''
''तुला त्याचं काही वाटत नाही का रे?''

"सुरुवाती-सुरुवातीला वाटलं, म्हणजे खूप लहान होतो तेव्हा. नंतर सवय झाली आणि आता तर काय, मी मागेन तेवढे पैसे देतात. कशाला हवे आहेत हेही विचारत नाहीत. आता त्यांच्यावाचून काय अडत आहे?"

"बरं, आई तरी नीट बोलते का?"

"माझ्याशी नीट बोलते. पप्पा आणि आई यांना बोलताना मी आतापर्यंत कधीच पाह्यलं नाही. एकदा बोलल्याशिवाय अडत नाही हे समजलं म्हणजे आपोआप न बोलण्याची सवय होते."

"बापरे, आपलं लग्न झाल्यावर फारच ऑक्वर्ड वाटेल मला."

"ते लग्नाचं वगैरे नंतर बघू; आधी इथून बाहेर पडू."

"दक्षिणे, काय वाटलं हे सगळं पाहून?"

"माझी तर वाचाच बसली आहे. ओंकारने आज आणलेली ही कितवी मुलगी?"

पश्चिम म्हणाली,"चवथी. यालाच, जमाना पुढे गेला आहे असं म्हणतात."

"या मुलांची लग्नं होतील. तेव्हा यांना नेमकं काय वाटेल?"

पूर्व म्हणाली,"ठराविक सुखं ठराविक वयातच घेतल्याने त्याची लज्जत वाढते; पण या टेलिव्हिजनने एक पिढी वाया घालवली आहे. रक्तपात, हिंसाचार, पोलीस डिपार्टमेंटची नाचक्की आणि शरीराचं नागडंउघडं प्रदर्शन, या सगळ्यांची स्पर्धा चालू आहे आणि घरातील सगळी माणसं चवीनं हे चित्रपट पाहतात."

पश्चिम म्हणाली," आपल्या चौघींमध्ये मी भाग्यवान आहे. टीव्हीची माझ्याकडे पाठ आहे म्हणून. अर्थात संवादावरून काय ते कळतंच. गाणं तर एकही आवडत नाही. पूर्वीचं अभिजात संगीत कुठे आणि आजचा धांगडधिंगा कुठे? हे आनंद-मिलिंद, नदीम-श्रवण, अन्नु मलिक या मंडळींना संगीत दिग्दर्शक का म्हणायचं?"

"पश्चिमे, ते संगीताचं राहू दे. तुला काही दिसत नाही हेच छान आहे. या टीव्हीनं पती-पत्नी नात्यामध्ये जी एक सूचकता असते, सौंदर्य असतं, औत्सुक्य असतं, या सगळ्याचा सत्यानाश केला. एकदा चैन आणि करमणुकीच्या गोष्टी घरात आणून टाकल्या म्हणजे संसार झाला, असंच सध्याच्या बापांना वाटतं."

पूर्वीचे दिवस आठवून उत्तर म्हणाली,"रघू लहान होता तेव्हा रघूचे वडील आणि त्यांची मित्रमंडळी जमत असत. त्या वेळेला जुनी गाजलेली गाणी, नाट्य, साहित्य, कधी कधी राजकारण, अशा वेगवेगळ्या विषयांवर चर्चा होत

असत. काहीतरी वेगळं ऐकायला मिळाल्याचा आनंद वाटायचा. आता रघूच्या पार्ट्या म्हणजे फक्त दारू आणि धिंगाणा. काही दिवसांनी ओंकार प्यायला लागला तर मला नवल वाटणार नाही.''

''उत्तरे, तू बोललीस तो शब्द न् शब्द खरा ठरला. ओंकार किती पिऊन आला पाहिलंस. त्याच्या आईवडिलांना कधी कळेल कोणास ठाऊक?''
''का ग, तू का रडतेस?''
पश्चिम म्हणाली,'' आपल्यासमोर तो लहानाचा मोठा झाला. आपला जास्तीत जास्त सहवास या मुलाला मिळाला. आई आपल्या नादात आणि बाप पैशाच्या मागे. मुलाकडे लक्ष द्यायला दोघांना सवड होती कुठे? तो बिघडतोय हे समजल्यावर त्याच्याशी गोडीगुलाबीने वागायला हवं होतं; पण मुळातच मुलगा बिघडलेला आहे, हे त्यांना अजून नीटपणे समजलेलंच नाही.''
दक्षिण मध्येच म्हणाली,''जगात सर्व तऱ्हेचे कोर्सेस आहेत; पण आदर्श आई-बाप कसं व्हावं, याचे कोर्स नाहीत.''
''ज्या ज्या विषयात वृत्तीचा भाग जास्त येतो, त्यापैकी एकाही विषयाचा कोर्स नाही. बापाने अडेलतट्टूपणा करायचा असंच जर ठरवलं असेल तर ते कोणत्या कोर्समध्ये बसवायचं? पती-पत्नीचं नातं एकदा फिसकटलं म्हणजे सगळे फटके मुलांना खावे लागतात.''
''त्याने काय होतं कळलं का उत्तरे?''
''मुलं एक तर समाजामध्ये मिसळेनाशी होतात, एकांडी होतात, घाबरलेली राहतात. त्यांना आत्मविश्वास वाटत नाही आणि याउलट काही मुलं ओंकारसारखी होतात. बापाच्या जीवावर जगायचं आणि बापालाच विचारायचं नाही.''

''शेवटी हे घडायला हवंच होतं का?'' उत्तर.
''दक्षिणे, वीस वर्षांचा पोरगा रोज झिंगून पडत होता. आई नुसता आक्रोश करीत होती आणि बाप बेफिकीर होता. अशा संसाराचं अजून वेगळं काय होणार?''
''ओंकार पंचविशी गाठायच्या आत गेला. पण आयुष्यातली सगळी मौजमजा करून गेला.''
''डॉक्टर आले होते, ते नेमकं काय बोलले हे कळलं नाही.''
पूर्व म्हणाली,''मी सांगते, सीरॉसीस ऑफ लीव्हर म्हणजे माणसाची लीव्हर निकामी होणे.'' असं म्हणून पूर्वेने एक दीर्घ श्वास सोडला.
पश्चिमेनं विचारलं,''तू एवढी हताश का होतेस? आपण कितीही सुस्कारे सोडले

तरी उपयोग काय?''
पूर्व म्हणाली,''हा सुस्कारा ओंकारसाठी नाही. त्याने व्यसनांची किंमत मोजली आहे. मला वाईट वाटतंय त्याचं कारण वेगळं आहे. मला एक प्रश्न पडलाय. ज्याचं उत्तर मला कधीच मिळणार नाही.''
''असा कुठला प्रश्न?'' तिघी भिंती एकदम उद्‌गारल्या.
गंभीर चेहरा करत पूर्व म्हणाली ''नियती एक महान आत्मा या पृथ्वीवर पाठवते. आयुष्य नावाची बहुमोल चीज माणसांना बहाल करते. या सगळ्याचा आस्वाद घेण्याऐवजी माणसंच माणसांची वैरी कशी होतात, ते आपण पाहत आलो. नियती महान आत्मा पृथ्वीतलावर पाठवते आणि परत नेताना एक क्षुद्र जीव परत नेते, असा आतबट्ट्याचा खेळ नियती किती वर्षं खेळणार आहे?''

✦

अतिवास्तववादी कथा

ज्या कथा मला स्वत:ला सुचतात त्या मी लिहितो. मित्रांनी ऐकवलेल्या गोष्टीवर मला कथानक रचता येत नाहीत. तसा प्रयत्न मी एकदाच करून त्यावर कथा लिहून ती मासिकाकडे पाठवली, अन् काय झालं?

ती कथा साभार परत आली.

का?

तर संपादकाला म्हणे ती वाचताच आली नाही.

ही शुद्ध थाप आहे. स्वत:च्या अंकासाठी येणारं साहित्य संपादक वस्तुत: वाचतो का? बिलकुल नाही. मागवलेलं साहित्य एकदम 'कंपोज'ला जातं. तरी संपादकानं थाप मारली, की 'कथा वाचताच आली नाही.'

आता आम्ही तरी आमचा नियम का मोडावा?

—तर मित्रानं सांगितलेली कथा तशीच होती म्हणून. त्या कथेवर आमचा विश्वास बसला नाही, तरी आम्ही ती लिहिली.

—आणि विश्वास तरी कोण ठेवील हो, असल्या प्रकारावर?

—त्या दिवशी आमचा तो दोस्त धावत आला आणि हसता हसता गडबडा लोळू लागला. पुष्कळ प्रश्न विचारल्यावर तो म्हणाला,

"इंदिराकाकूंनी आज धमाल केली."

"काय केलं?"

"त्या काकांना शोधायला गेल्या त्या स्वत:च तीन तासांनी परतल्या."

"त्यात धमाल का?"

"पुन्हा गडबडा लोळत दोस्त म्हणाला,

"काका घरातच होते."

"अशक्य."

"अशक्य? —अरे हे काहीच नाही. काकूंना घरोघरी जे प्रकार पाहायला मिळाले ते ऐकून तू मला मुर्खात तरी काढशील नाहीतर असाच गडबडा लोळशील."

—एवढे ऐकल्यावर मी म्हणालो,

"सांग आता सगळं!"

—दोस्त म्हणाला,

"आज गुढीपाडावा. सूर्योदयापूर्वी गुढी उभारण्यासाठी काका सकाळीच उठले

आणि सर्व तयारी करून पुढच्या दाराशी गेले. ते जे गेले ते दुपारी बारा वाजले तरी परतले नाहीत. इंदिराकाकींच्या तोंडाचा पट्टा सुरू झाला त्याचा मतितार्थ असा : 'हे काय बाई मेलं बाहेर जाणं? इतकं काय टोळभैरवांशी बोलतात कुणास ठाऊक. पण मी म्हणते, सणासुदीचं ह्यांना भान राहावं की नाही?— केवढा खोळंबा सगळ्यांचा? दिन्या, ए दिन्या, शशी, मी जाऊन येते ग! बघून येते ह्यांना शेजारच्या वासूनानांकडे.''

—एवढं सांगून इंदिराकाकू काकांना शोधण्यासाठी मागच्याच दारानं पटकन शेजारी वासूनानांकडे गेल्या. अंगावर सोवळ्याचं पातळ तसंच होतं, एवढंच काय, पण त्यांनी कमरेचा खोचलेला पदरही सोडलेला नव्हता.

—वासूनानांकडे इंदिराकाकी गेल्या तर तिथं भलताच गोंधळ झालेला. वासूनानांच्या बायकोनं, द्वारकाबाईंनी कमालच केली होती. स्टोव्हमध्ये भरण्यासाठी त्यांनी रॉकेलची बाटली जवळ घेतली होती. तेवढ्यात त्यांच्या सूनबाईनं त्यांना पिण्यासाठी पाणी आणून दिलं. द्वारकाबाईंनी चुकून रॉकेलची बाटली तोंडाला लावली आणि तांब्या भरून पाणी स्टोव्हमध्ये ओतलं.''

''काय सांगतोस काय दोस्ता?'' मी ओरडून विचारलं. दोस्त गप्प होता. ''अरे, ही चूक समजली कधी?'—मी पुढं विचारलं. दोस्त म्हणाला,

''ही गोष्ट सकाळीच घडली. इंदिराकाकींना पाहून द्वारकावहिनी चहा करायला लागल्या. इंदिराकाकींनी पुष्कळदा चहा नको म्हणून म्हटलं. काकांना शोधण्यासाठी आपण बाहेर पडलोत तेव्हा चहा घेण्यात मन नाही लागायचं, असंही इंदिराकाकी म्हणाल्या. 'मोठ्या माणसाला काय त्यात शोधायचं.' असं म्हणत द्वारकाबाईंनी स्टोव्ह पेटवायला सुरुवात केली. तो जेव्हा पेटता पेटेना तेव्हा चूक लक्षात आली.''

''दोस्ता, थापा नकोत.''

''हे काहीच नाही. इंदिरकाकी तिथून काकांच्या आणखीन् एका मित्राकडे गेल्या. डॉ. पानशांच्या घरी. तर तिथे एकच गोंधळ. डॉक्टरांचा पत्ता नव्हता. डॉक्टरांकडे त्या वेळी एक सिरीयस केस आली होती; सुमारे दहाच्या सुमारास. त्या पेशंटला आत जाऊन झोपायला सांगायचं व स्वत: स्टेथॉस्कोप आणायला जायचं, त्याऐवजी डॉक्टरांनी पेशंटला आपल्या खोलीत बसवलं आणि स्वत:च तपासणीच्या खोलीत जाऊन झोपले.''

''आणि ही चूक कधी ध्यानात आली?'' मला गंमत वाटून मी विचारलं.

''डॉक्टरांच्या खोलीत बसलेला पेशंट बेशुद्ध पडला. शेवटी डॉक्टरांच्या घरातल्या माणसांनी आणखीन् एका डॉक्टरांना बोलावून आणलं. त्या डॉक्टरांनी इतर लोकांच्या मदतीनं त्या पेशंटला उचलून तपासणीच्या खोलीत नेलं. तर

तिथे आपले डॉ. पानसे!— इंदिराकाकी तिथं पोहोचल्या तेव्हा हीच धामधूम चालली होती.''

''दोस्ता, अरे हा मामला लिहिण्यासारखा आहे.''

''पुढचं ऐक. अजून कथेचं वर्तूळ पुरं झालेलं नाही. इंदिराकाकी तिथून गोडबोल्यांच्या घरी गेल्या काकांना पाहायला, तर खुद्द गोडबोलीणबाई चिंतेत. आदल्या दिवशी रात्री गोडबोले टोमॅटो आणायला मंडईत गेले होते ते परतलेच नव्हते. गोडबोलीणबाई म्हणाल्या,'आमटीत टोमॅटो घालायचे होते म्हणून त्यांना पाठवलं तर परतलेच नाहीत अजून.'

'मग तुम्ही काय केलंत?' इंदिराकाकींनी विचारलं. गोडबोलीणबाई म्हणाल्या, 'मी मग बटाट्याची आमटी केली. तशी मी गडबडून जात नाही. पण म्हणून टोमॅटो आणायला एवढा का वेळ लावायचा?— बरं ते राहू दे. तुम्ही आता भर दुपारच्या कशा? तेही सोवळं नेसून?'

''—त्यावर काका पण सकाळपासून नाहीसे झालेले पाहून आपण त्यांना शोधायला निघालो आहोत, असं इंदिराकाकींनी सांगितलं. गोडबोलीणबाई म्हणाल्या,'चला मी पण बाहेर पडते. आपण दोघी नवऱ्यांना शोधू या. आलेच मी पातळ बदलून.'

—गोडबोलीणबाईंनी कपाट उघडलं तो काय? — कप्प्यात अंग दुमडून बसलेले गोडबोले. गोडबोलीणबाईंनी सहज आरामखुर्चीकडे पाहिलं तर भाजीची पिशवी आणि सदरा खुर्चीवर!— त्यांना लगेच तो घोटाळा समजला. त्या मग इंदिराकाकींना म्हणाल्या,'पाहा हो तुम्हीसुद्धा नीट. काका घरीच कुठेतरी असतील.'— त्याबरोबर कपाळावर हात मारून घेत इंदिराकाकी म्हणाल्या, 'अग्गोबाई, आत्ता आलं लक्षात. सकाळी गुढी उंच बांधण्यासाठी ह्यांनी माझ्याकडे स्टूल मागितलं तेव्हा मी घरात आले ती आलेच. स्टूल दिलंच नाही मी त्यांना.'

''—असं म्हणून इंदिराकाकी पळत पळत घरी आल्या. पाहतात तो, दोन्ही हात उंच करून हातात गुढी धरून काका सकाळपासून जे उभे आहेत ते आहेतच. इंदिराकाकींनी धमाल केली की नाही?''

—असं म्हणून आमचा दोस्त हसू लागला, लोळू लागला.

—त्याच झटक्यात आम्ही ती कथा लिहून काढली; पण संपादकाकडून ती साभार परत आली.

—आम्ही ते पुडकं सोडलं, आणि काय सांगू? 'तुमची कथा वाचता आली नाही'— असं संपादकानं का कळवलं, ह्याचा उलगडा झाला. वाचकहो, आम्ही पाठवलेले गोष्टीचे कागद संपूर्ण कोरे होते.

—दोस्तानं सांगितलेल्या हकीकती ऐकून आमचं डोकंदेखील उलट-सुलट झालं होतं. फाऊंटन पेन तोंडात धरून आम्ही सगळी कथा सिगारेटने लिहिण्याचा प्रयत्न केला होता.

♦

सस्पेण

काही काही माणसांचं आयुष्य किती सोपं असावं? किती सरळ असावं? जगावं की मरावं— ह्यासारखे प्रश्न निर्माण करणारे पर्वत तर सोडाच पण ह्यांच्या मार्गावर साधे खाचखळगेसुद्धा नसावेत?
ही माणसं परीक्षेत पास होतात. ह्यांना मनासारखी कापडं मिळतात. न चावणारे बूट मिळतात. कोणताही रेडीमेड कपडा ह्यांना फिट्ट बसतो. ह्यांच्या दातात सुपारी अडकत नाही. ह्यांच्या बोटावर खिळा ठोकताना हातोडी आपटत नाही. पटकन् उठताना, उघडलेल्या खिडकीचं टोक डोक्याला लागत नाही. प्रवासात ट्रंकेचा कोपरा लागत नाही. सिनेमाला गेले तर उंच डोक्याचा माणूस यांच्या पुढच्या खुर्चीवर येत नाही. ह्या माणसांच्या पहिल्याच अर्जाला उत्तर येऊन ह्यांना नोकरी मिळते. ह्यांच्या ऑफिसची लिफ्ट बंद पडत नाहीत. ह्यांच्या राहत्या जागेचा प्रश्न ऑफिसकडून सुटतो. लॉट्स टाकल्यावर ह्यांचा नंबर लागतो आणि चाळीतली कोपऱ्यावरची खोली ह्यांनाच नेमकी मिळते.
—ह्या भाग्यवान माणसांना, लग्न जमू न शकणारी छोटी किंवा मोठी बहीण नसते. त्यामुळे खुद्द ह्यांचं लग्न लगेच जमतं. दोन बाळंतपणं होऊनही ह्यांच्या बायका सुटत नाहीत. ह्यांच्या राहत्या जागेपासून स्टेशन जवळ असतं. बसस्टॉप तर उंबऱ्यातच असतो. दुधाचं सेंटर आवरात असतं; इतकंच नव्हे, तर मोबाईल पोस्टाची मोटारही ह्यांच्या घरासमोर थांबते.
—सुखी माणसाचा सदराच काय, पण ह्या मंडळींकडे त्यांचा अख्खा सूट मागावा.
आणि इथंच तुमची आमची पंचाईत होणार आहे. कारण गोपाळ लक्ष्मण दंडवते सूटच वापरत नाही. ह्या प्राण्यानं लग्नातही सूट शिवला नव्हता. पांढरा स्वच्छ लेंगा आणि वर पिवळा लाईट ब्ल्यू रंगाचा झब्बा ह्याव्यतिरिक्त दुसरा कपडा ह्याच्या अंगावर कुणीही पाह्यलेला नाही. ह्या कपड्यावरूनच दंडवतेची राहाणी साधी होती — आहे — हे ओळखणं काही कठीण नव्हतं. व्यसन कशाचंही नाही. म्हणजे साधेपणाचंसुद्धा नव्हतं. त्यामुळे दर वर्षी जाहीर होणाऱ्या अर्थसंकल्पात, तंबाखू—सिल्कचं कापड, भारी फर्निचर किंवा विजेची उपकरणं ह्यांवरचे भाव कितीही वाढले तरी दंडवते शांत असतो.
अल्पसंतुष्ट किंवा स्वत:वरच खूष असणाऱ्या माणसांना शत्रू नसतात. दु:खं

तुलनेनं कमी असतात. ही माणसं आयुष्याचं काही देणं लागत नाहीत — ह्यांना आयुष्याकडून काही येणं नसतं.

पण...

होय. ह्यांच्याही आयुष्यात.'पण'—'जर'—'तर' सारखे शत्रू येतात; आणि दंडवते— सारखी माणसं क्षणात उन्मळून पडतात. संकटाशी सामना देण्याचं सोडून आपल्यासारख्याच्या नशिबी अकारण हे का यावं, ह्याच विचारात ती अडकून पडतात. 'ह्याला भेट, त्याला गाठ'— चिठ्ठ्याचपाट्या मिळव, सचिवालयात कुणाला तरी पकड ह्यांसारखे उपद्व्याप त्यांना जमत नाहीत; आणि तसं काही सुचतही नाही.

'साहेबांनी बोलावलंय'— असं शिपायानं सांगितल्याबरोबरच दंडवत्यांना कापरं भरलं होतं. ते खुर्चीत तसेच बसून राह्यले.

'तुम्ही मुळीच नमतं घेऊ नका. गुन्हा कबूल तर करूच नका. तुमच्यासारख्या माणसावर आळ घेतात—हरामखोर, भांचोद...'

'ए, शिव्या देऊ नको, कुणीतरी मग लावालावी करतं.'

'अरे पण...'

'तुझा संताप आम्ही समजू शकतो. दंडवत्यांना आम्ही काय ओळखत नाही काय?'

—मित्रांचे ते सहानुभूतीचे शब्दही आता दंडवत्यांना सहन होईनात. तेवढ्यात पुन्हा बोलावणं आलं. जायला हवंच होतं.

ते उठले. आत गेले.

साहेबांनी स्वागत बरं केलं. मैत्रीच्या स्वरात ते म्हणाले,

"दंडवते, तुमच्यासाठी जेवढं करता येईल तेवढं मी करणारच आहे. तुमच्यावर माझा विश्वास आहेच आहे. पण शेवटी हे ऑफिस आहे. चौकशीचं नाटक करावंच लागणार."

"Yes, sir. I can understand."

"तुम्हाला सस्पेण्ड करावं असं काही मला वाटत नाही. एक सल्ला देऊ?"

"साहेब, तुम्ही सांगाल तसं वागायला..."

"that's alright. तुम्ही असं करा, चौकशीचं नाटक पार पडेपर्यंत रजा घ्या."

"बरं."

"म्हणजे तुमच्या करियरला धक्का लागायचा नाही. रेकॉर्ड क्लिअर राहील. महिन्याभरात मी तुम्हाला मोकळं करीन. You proceed on leave."

"एका महिन्यानं भागेल ना?"

"नक्कीच. चौकशीतून काहीही निष्पन्न होणार नाही. हे मी तुम्हाला आत्ताच

सांगतो. तुमच्याबरोबर मोरे पण आहे. तेव्हा महिन्याच्या आतच सगळं आटपून टाकू.''
साहेबाला आपल्याबद्दल विश्वास आहे. ह्या एवढ्याच आनंदात दंडवत्यांनी ऑफिस सोडलं.
घरात पाऊल पडताच कुटुंबानं विचारलं,
''काय झालं?''
''महिन्याची रजा घेऊन आलो.''
''तेवढ्यानं काय होणार?''
''चौकशी पूर्ण होणार.''
''आपल्यावर काही येणार नाही ना?''
''कर नाही त्याला...''
''तरी रजा घ्यावी लागलीच ना?''
''कलियुग.''
लॉट्स टाकून मिळालेली जागा. तिथं आपपरभाव नव्हता. सेक्यूलरचा अर्थ दंडवतेच्या चाळीत मूर्तीमंत अवतरला होता. दंडवतेच्या शेजारच्याच खोलीत एक कच्छी राहात होता. त्यानंतर पुन्हा दोन उंबरे ब्राह्मणाचे होते. त्यानंतर एक गुजराथी आणि त्याच्या पलीकडच्या बिऱ्हाडाची जात हा संशोधनाचा आणि बायकांना दुपारच्या गप्पांचा विषय होता.
बोलता बोलता साहेबांनी ज्या मोरेचा उल्लेख केला होता, तो दंडवतेच्याच चाळीत, तळमजल्याला राहात होता.
दंडवते आणि मोरे, दोघांवर एकच आरोप होता.
अफरातफर.
दंडवते हा हेडक्लार्क — आणि मोरे त्याच्याच हाताखालचा, स्टोअर कीपर किंवा असाच कोणता तरी हुद्दा सांगणारा.
दंडवते रजा—घेऊन घरी आला त्याच्या दुसऱ्या दिवशी मोरे जिन्यात भेटला.
''आपल्याकडंच चाललो व्हतो सायेब.''
''बोल, काय म्हणतोस?''
''तुमी सस्पेण झाला न्हवं का?''
''बोंबलू नकोस. हळू बोल.''
''सायेब, आता कुटवर झाकनार? —जे तुमचं त्ये माझं अन् जे माझं...''
''मोरे, तसं असलं तरी मी रजा मागितली.''
''अरारा, लई वंगाळ.''
''तू रजा नाही घेतली?''

“सायबानं विचारलं, सस्पेण व्हतो की रजा घेतो? —म्या म्हनलं सायेब, टाका सस्पेण करूनशान—घडी घडी रजा वाढवा, रजा वाढवा सांगाया कोन् येतोय्?”
“घडी घडी काय?— महिन्यात निकाल लागेल.”
“आता खूळं का काय?— सायेब, सरकारी मामला. असा महिन्यात आटोपतो काय? चार-सहा महिनं उलटत्याल बघा.”
बोलता बोलता मोरे वरच्या मजल्यावर निघून गेला. दंडवते जिन्याच्या पायरीला चिकटवल्यासारखा उभा राह्यला.

“मोरे सांगत होता की चार-सहा महिने सहज लागतील.”रात्री झोपताना दंडवतेनं कुटुंबाला सांगितलं.
“महिन्यात आटपतो असं तुम्हाला साहेबांनीच सांगितलं आहे ना?”
“तसं म्हणालेत, पण....”
“हात्तिच्या, मग कशाला काळजी करताय?”
“वाटते तरी.”
“मोरेला काय कळतंय त्यात? — साधा हमाल तो.”
“स्वत:ला स्टोअरकीपर म्हणवतो.”
“म्हणून लगेच होतो की काय? मला तर त्याच मेल्याचा संशय येतोय.”
“अजिबात घेऊ नकोस. तो फटकळ आहे, व्यसनं पण आहेत त्याला. तरीही ह्या बाबतीत चोख आहे. अगदी झोपेत, मध्यरात्रीदेखील मी त्याच्यावर हा आरोप करणार नाही. तो ह्यातून सुटायला हवा.”
“आणि तुम्हीही.”
“मीही सुटेन, पण...”
“मग आता शांत रहा. तुम्हीच म्हणता ना, कर नाही त्याला डर नाही?...”
कुटुंबानं समजूत घातली तरी दंडवतेला झोप येईना. आपण जर कारण नसताना अपराधी ठरलो तर काय काय होईल, ह्याचीच चित्रं रात्रभर समोर दिसायला लागली. लोकांना चष्मे बदलायला वेळ लागत नाही. नंबर तोच असूनही त्यांच्या नजरा बदलतात. आपल्याबद्दलच्या त्यांच्या नजरा अशाच हां हां म्हणता बदलतील. आपल्या साध्या राहणीतला सरळपणा क्षणात नाहीसा होईल. त्याच्यावर ‘नाटकी’ शब्दाचं लेबल लागेल. आपली नेहमी खाली असणारी मान, इतके दिवस नम्रपणाची मानली जात होती. तिला ‘पाताळधुंडी’ची किताबत मिळेल. मी खरं तर तोच आहे.
गोपाळ लक्ष्मण दंडवते.

उंची पाच फूट सव्वासह इंच. डाव्या गालावर एक छोटीशी जन्मखूण.
पण आता जन्मखुणेसकट सगळ्याचा अर्थ बदलणार.
'तो ना?—डाव्या गालावर खूण आहे. तो?' —ह्याऐवजी, 'तो ना?— परवा भानगड केली तो''— ह्या स्वरूपात आता आपल्यामागे बोललं जाणार.
ह्यातून निर्दोष सुटलो तरी तशी सुटका नाही. 'कुणाचे तरी हात दाबले असतील आणि
सुटला असेल; दंडवत्यांचा काही भरंवसा नाही. त्याच्या झब्ब्या-लेंग्यावर जाऊ नका.''
विचार करून दंडवत्यांचं डोकं भणभणून गेले. ते रात्रभर जागे राह्यले. कुटुंब कधीच गाढ झोपलं होतं. तिचे विश्व सुरक्षित होते.

आता सुट्टीच सुट्टी. पण त्यात ती नशा नव्हती. ऐट नव्हती. कामावर धावत पळत जाणाऱ्या इतर माणसांची कीव करण्याचं सौख्य ही सुट्टी मिळवून देत नव्हती. दंडवते बेचैन होता. सुट्टी अंगाला बोचत होती. टॉन्सिल्ससाठी शस्त्रक्रिया केलेल्या माणसाला आइसक्रिमही टोचतं तसं झालं होतं. काहीच गोड लागत नव्हतं. एरव्ही गाडी पकडण्याची धावपळ असतानाही दोन घास जेवण जास्त जायचं. आता वेळ होता, पण भूक नव्हती. तशाही मन:स्थितीत त्यांना एकदा वाटून गेलं की जबरदस्ती तर जबरदस्ती, सुट्टी ती सुट्टी. आता सगळी तुंबलेली कामे करून टाकायची. पत्रव्यवहार पुरा करायचा. एक दिवस तर माळा साफ करण्यात जाईल. रोज एकेका नातेवाईकाला भेटायचं. महिना हां हां म्हणता संपेल.
पण प्रत्यक्षात हातून काही घडेना. —'मधेच रजा का बुवा घेतली?' ह्या प्रश्नाला काय सांगायचं? आणि कर्णोपकर्णी वार्ता पसरणारच, तेव्हा कुणालाही भेटता यायचं नाही.
'प्रकृती जरा बरी नाही?' —असं सांगून पहिले चार दिवस दंडवते कुटुंबाने निभावून नेले. दुसऱ्या बाईचा नवरा कामावर वेळेवर जातो की नाही ह्याकडे इतरांचं किती लक्ष असतं, ह्याचा अनुभव यायला लागला. तापानंतर अशक्तपणा येतोच, तेव्हा नंतरचे चार दिवस विश्रांती म्हणून घरी — हे कारण सांगायला पुरलं. त्यानंतर हवापालट ओघानंच आली; पण रजा घेऊनही बाहेरगावी का जात नाही? ह्यासारखा प्रश्नांना उत्तरं देण्याचा कंटाळा आला. खरंच, जगात माणसांच्या दोनच जाती.
एक प्रश्न विचारणाऱ्यांची, दुसरी उत्तर देणाऱ्यांची जात. ऑफिसात तरी दुसरं काय चालतं? — रिपोर्टस्, मिनिटस्, मेमोज्, चार्जशीट्स, इन्क्वायरी...

इन्क्वायरी...
अरे, रजा घेऊन आठ-दहा दिवस झाले. पुढे काय झालं अजून — समजलं नाही. गोगटे निरोप पाठवणार होता.

दंडवते ऑफिसात गेला. मित्रांनी चहा पाजला. सध्या दंडवते रजेवर असल्याबद्दल त्याचा हेवा केला. ते सगळं झाल्यावर दंडवतेनं विचारलं,“ काय बुवा, आमच्या चौकशीचं कुठपर्यंत आलं?”
“जैसे थे.”
“अजून जैसे थे?”
“अरे, अजून म्हणजे काय?... तू रजेवर गेलास. नंतर साहेब सेमिनारला दिल्लीला गेला. तिकडून आला आणि आजारी पडला.”
“आजारी पडायला काय झालं?”
“अरे, सेमिनार नावापुरता. बाकीची मजाच खरी.’ —हातानं ‘पिण्याची’ खूण करीत सोमण सांगतो.
“माझी आजची खेप फुकट गेली.”
“असं म्हणायला हरकत नाही.”
“माझ्यावतीनं साहेबाला आठवण करशील?”
“Surely.”
घरी परतताना मोरे कोपऱ्यावरच भेटला.
“काय सायेब, हपिसला गेल्ता वय्?”
“जायलाच पाह्यजे बाबा. दहा दिवस होऊन गेले.”
“व्हय,व्हय. जाया हवं. मागं लागाया हवं हात धुवुनशान्.”
“दिवस हे असे. मी माझ्यावरून तुझी कल्पना करू शकतो.” दंडवते चिंतेच्या स्वरात म्हणाले. मोरे ह्यावर नुसता हसला.
“तू कुठे गेला होतास?”
“कुटं रोजगार भेटला तर पाहतो.”
“पहायलाच हवा. स्वस्थ बसून कसं निभवायचं?”
“आता कसं बोलला?—काय तरी बघाया हवं. चार-सहा महिनं ढकलायचं कसं?”
“मोरे, खरंच इतके दिवस लागतील?”
“तर वं? अवं सरकारी काम. आजपातुर कवा टायमात झालं का कंदी?— सायेब, तुमी रजा मागुनशान् लई घोळ क्येला बगा. मस्त मायंदाळ सस्पेण व्हायचं. तगादा न्हाई मागं.”

—बोलता बोलता दोघे चाळीपाशी आले. दंडवते हळूच म्हणाले,
"मोरे, एक उपकार करशील का?"
"आता ह्ये काय बोलनं झालं का काय?— सायेब, आपुन दोघं जरी सस्पेण झालो, तरी तुमी आमचं सायेबच. तुमी निस्ता हुकूम सोडायचा. मोरे नाय धावला अल्सिशनवाणी तर कान पकडायचा. बोला."
दंडवते आवाज आणखीन उतरवीत म्हणाले,"मी सस्पेण्ड होणार म्हणून चाळीत बोलायचं नाही. मी रजा घेतलीय म्हणून सगळ्यांना बोललोय. तेव्हा माझं नाव..."
"ह्यः ह्यः—सायेब, आता येबी सांगाया पायजेल काय?"—
दंडवत्यांना हायसे वाटले. मोरे मोठ्या मनाचा वाटला.

महिना लोटला.
अजून सगळे शांत होते. दंडवते पुन्हा ऑफिसात गेले. साहेब भेटले.
"फाईल माझ्याकडून कधीच गेली. आता सगळं त्यांच्या हातात आहे."
"साहेब, माझी रजा संपली आज."
"इतकंच ना?—वाढवून मागा — मी रेंकमेंड करतो."
"आता शिल्लकच नाही."
"फुल पे नसेल. हाफ पे आहे की नाही?"
"साहेब, हाफ पे म्हणजे..."
"त्याला आता काय करणार?— ही कलॅमिटी आहे; असं म्हणायचं आणि तोंड द्यायचं. O.K.?"
—असा प्रश्नार्थक ओ.के. आला म्हणजे साहेबांकडून विषय संपलाय—असा त्याचा अर्थ होता. तरी धारिष्ट्य करीत दंडवते म्हणाले,
"तुम्ही साहेबांना आठवण कराल का?"
"I will try. I can't Promise."
"साहेब..."
"दंडवते, माझा तुमच्यावर विश्वास आहे; तरीही हा अफरातफरीचा मामला आहे, हे तुम्ही विसरताय. तुमच्यात फार इंटरेस्टट आहे, असं मला उघड उघड दाखवता येणार नाही. do you follow?"
"होय, साहेब."
"try to understand my position o.k.?"

दंडवत्यांची अर्धपगारी रजा सुरू झाली. स्पष्ट कुणी विचारीत नव्हतं; पण

चाळीतल्या मंडळींना कल्पना आली होती. हळूहळू बातमी नातेवाईकांत आणि नंतर मित्रपरिवारात पसरली.
कोणता तरी लांबचा एक भाऊ एके दिवशी मुद्दाम वेळात वेळ काढून आला. त्याने तोच सहानुभूतीचा पाढा वाचला. सरकारी यंत्रणेला लाखोली वाह्यली आणि जाताजाता दंडवत्यांना गॅलरीत घेऊन म्हणाला,'' तुमच्या ताब्यात स्टोअर वगैरे आहे, हे मला अगोदर माहीतच नव्हतं.''
एव्हाना वैतागलेले दंडवते रुक्षपणे म्हणाले,''माहीत असतं तर काय झालं असतं?''
''अहो, असली कामं सफाईनं करून कोरडं कसं राहायचं, हे मी कधीच सांगितलं असतं तुम्हाला.''
''नॉन्सेस.''
''चिडू नका, वाटलं तर कबूल करू नका, पण चिडू नका. अहो, एवढं गोडाऊन हाताशी असताना कुणी शुद्ध आहोत, असं हातात विस्तव घेऊन सांगितलं तरी कोण विश्वास ठेवील?''
''मिस्टर...''
''आणि तसे नसाल तर गाढव आहात.''
दंडवत्यांची सहनशक्ती संपली. मागचापुढचा विचार न करता त्यांनी सरळ त्या अनाहूत भावाच्या तोंडात भडकावून दिली. त्याचा चष्मा कुठच्याकुठे जाऊन पडला.
गॅलरीत माणसं जमली. भांडण मिटवलं गेलं. दंडवत्यांच्या कुटुंबाने यजमानांना आत घेऊन दार लावून घेतलं. तेवढ्यात कुणाचं तरी वाक्य बाणासारखं काळजात घुसलंच.
''अहो, खरं बोललं की माणसाचं रक्त तापायचंच्.''
—दार उघडून दंडवते पुन्हा बाहेर येणार होते. कुटुंबाने सावरलं.

बिनपगारी रजा सुरू झाली. धीर देणाऱ्या साहेबाची बदली झाली. नव्या साहेबानं, 'We will let you Know' एवढ्या वाक्यावर बोळवण केली. ह्या वाक्यावर नव्या साहेबाचं दंडवते काही करू शकले नाहीत; पण दंडवत्यांचं काय करता येईल, ह्याचा साहेबांनी पूर्ण अंदाज घेतला.
एके दिवशी ध्यानीमनी नसताना, नवा साहेब दंडवत्यांच्या दाराशी येऊन उभा राहिला. दंडवत्यांनी जोरदार स्वागत केलं. साहेबाला तृप्त केलं. साहेब दंडवत्यांची तोंडभरून वाखाणणी करीत होता.
''मी सगळ्या फाईल्स पाह्यल्या. तुमची केस काळजीपूर्वक वाचली आहे. I

assure you, nothing will happen. अवांतर गप्पा झाल्या. साहेब निघाला. दंडवते जिन्यापर्यंत पोचवायला आले. रीत म्हणून विचारले,"साहेब, काही लागलं तर सांगा. तसा मी रिकामाच आहे."
साहेब पायऱ्या उतरता उतरता थांबले.
"दंडवते, तुम्ही ह्या क्षणी ऑफिसात — म्हणजे —ड्यूटीवर हवे होतात. तुमची फार गरज होती."
"आता लवकरच साहेब सगळं मिटंल ना?"
"नक्कीच, पण तरी हेड ऑफिसकडून 'नो ऑब्जेक्शन' यायला आठ दिवस लागतील."
"तेवढेच लागतातच."
"त्यापूर्वी तुम्ही हवे होतात."
"उद्या येऊ?"
"नको, ते वाईट दिसेल. तुम्हाला इथे फाइल्स आणून देऊ का?"
"साहेब तुम्ही...!"
"साहेब वगैरे forget everything. स्टेट्सपेक्षा मी मैत्री मानतो."
दंडवत्यांचा नाइलाच झाला. ते भारावून गेले. साहेब म्हणाले,"असं करू या. तुम्हाला स्टोअर्सची जेवढी माहिती आहे तेवढी मला नाही. तुमच्या जागेवर नवा माणूस अजून नेमलेला नाही. मी ह्या डिपार्टमेंटला नवा आहे. आता नवी टेण्डर्स मागवायची आहे."
"साहेब, ते काम माझ्यावरच सोपवा. मला चालू वर्षाचं रेकॉर्ड आणि एक टाइपरायटर मिळाला तर मी चार दिवसांत सगळं तयार ठेवतो. बजेट हेड वगैरे मला सगळं पाठ आहे."
"Really?"
"Yes sir."
"कुठं बोलायचं नाही."
"प्रॉमिस सर."

दुसऱ्या दिवशी साहेबाच्या गाडीतून टाइपरायटरसकट सगळ्या वस्तू दंडवतेच्या घरात येऊन पडल्या. दंडवत्यांचं रात्रंदिवस काम सुरू झालं.
ते काम झालं. दुसरं आलं. त्यापाठोपाठ तिसरं—नंतर चौथं. मग कामं येतच राह्यली.
बिनपगारी रजा सुरूच होती.
बँकेतलं छोटंसं तळं आटत होतं.

जवळजवळ महिन्याच्या अंतराने मोरे भेटला. तो त्याच्या गावाला जाऊन आला होता. त्याला रजा आणि गाव मानवलं होतं. येताना तो थोडी यात्राही करून आला होता. दंडवतेच्या घरात घुसत त्यानं हाक दिली.

''वयनीसाब, गूळपाणी आणा वईच. वाडीचा परसाद आनलाय्.''

''चहा ठेवते ना, बस.''

मोरे घरच्याप्रमाणे बसला. दंडवते बाहेर आले.

''साहेब, घरामंदी हायसा व्हय?''

''तुझं बोलणं खरं ठरलं. चौकशी अजून चालू आहे.''

''अरारा, लई वंगाळ.''

''तू अचानक गावाला गेलास. जाताना भेटला पण नाहीस.''

'' गावचा कागुद आला, जाया पडलं.''

''काय काम निघालं?''

''इहीर बांधायची व्हती. बाला दिसत न्हाई. घरचं काम बी जालं. पाटलाचं बी जालं. पाचशे रुपयं मिळालं. प्रवासाचा भत्ता मिळाला. ब्येस झालं.''

—दोघं जरा वेळ गप्प बसले.

''सायेब, ऑफिसचा काय?''

—तेवढ्यात दंडवत्यांचं कुटुंब बाहेर आलं आणि तावातावानं सांगू लागलं, ''ऑफिसचं काय होणार?— काही व्हायचं नाही. त्यांची घरबसल्या बिनबोभाट कामं होताहेत.''

''माज्या ध्यानामंदी नाय आलं, वयनीबाय्.''

''कुणी नवा साहेब आलाय बदलून. त्याला काऽऽही कळत नाही. दोन दिवसाआड येतो. ह्यांच्याकडून कामं करून घेतो.''

—डोळे विस्फारीत मोरे म्हणाला,''कंचा सायेब?''

''संजगिरी म्हणून आहे.''

'' वइच एका पायात अधू हाय त्योच ना?''

''हो, तेच.''

''अन् त्येचा काम तुमी गुमान करता वय?''

''करावं लागतं.''

''जमायचं न्हाई म्हनून का बोलला न्हाई?''

''साहेबाला?— सरळ बोलायचं? त्याचा अपमान...''

''तर? — त्येला काय जालं?— लोकशाही कशाला म्हन्त्यात?''

—मोरेच्या ह्या विधानावर दंडवते नुसते त्याच्याकडे पाहात राह्यले. स्वातंत्र्याची पंचवीस आणि नोकरीतील वीस वर्षं झाल्यावर 'लोकशाहीचा' अर्थ शिकायची

पाळी आत्ता मोरेकडून येत होती. मोरेला आता स्फुरण चढलं. ह्या सगळ्या विषयावर जणू त्याला खूप दिवस काही बोलायचं होतं. दोघांकडे पाहात तो म्हणाला,

"वयनीसाब अन् सायेब, आता निभत नाही तवा बोलतो. वंगाळ वाटलं तर ह्या मोरेचा कान पकडा. पन् तुमा शिकल्यालं मानसं. इभ्रतीपायी लई घोळ घालताया पगा."

"काय झालं?"

"सायबाला सस्पेण व्हतो सांगायचं."

"आणि नाव घालवायचं?"

"सायेब, ह्ये नावाचं लचांड, कसं बी करा, ध्यानामंदी गावत नाय."

"अरे मोरे..." कुटुंब मधे पडले.

"वयनीबाय, मला एक सांगा; तुमच्या घरामंदी कुनी शीक हाय का?"

"नाही रे बाबा, परमेश्वरकृपेनं सगळ्यांच्या तब्येती ठणठणीत आहेत."

"द्येवाच्या किरपेनं तसंच राहावा बाबा. बरं सायेब, गावाला वाडा बांधाया काडला की काय?"

"मोरे, इथला व्याप निभत नाही. वाडा कसला बांधतोय?"

"मग आता सायेब, घरामंदी बिमारी न्हाय, घर बी बांधायचा नाय, तवा तुमच्यावानी शिकल्यालं मानूस, चार महिनं घरामंदी निसतं बसून कशापाई राह्यलं? पब्लिक वळखायचं ते बराब्बर वळखतं बगा."

—दंडवते गप्प राह्यले. कुटुंबालाही काही सुचेना. मोरे हुरूपानं म्हणाला,

"म्या झालो आपला सस्पेण. घरी आलो. समद्यास्नी सांगूनशान बी टाकलं."

"सरळसरळ?"

"आता सायेब, भ्याचं कुनाला? —आमाला नाव न्हाय, गाव न्हाय, इभ्रतीचा घोळ न्हाय. तुमी नावापायी काय काय घालिवलं? —रजा मोफत दवडली, पगार बी दवडला आन् सायेब, समद्यास्नी काय ते कळल्यावर नाव बी दवडला का नाय? — म्यां सस्पेण झालो. गावची कामं उराकली, पैका मिळवला — आता पुन्हा सायेबाला सलाम करनार, अर्धा पगार घेनार. काय बिघाडलं? — तीन तीन वर्षाखाली सस्पेण झालं की बरं असतं बगा. लई काम व्हत्यात."

—दंडवत्यांनी चक्रावून विचारलं,

"तीन तीन वर्षांनी?"

"व्हय्."

"आणि प्रत्येक वेळी सुटतोस?"

"आता काय बी गुन्हा केल्याबिगर मानूस सस्पेण व्हतो — तसा सुटणार न्हाय

व्हय? —तुमी बी सुटाल की आता.''
"खरंच?''
"आता माज्या अडाण्यावर इस्वास नसंल तर वाडीचा परसाद घ्या, मंग तर झालं?''

त्यानंतर पंधराच दिवसांनी मोरे पेढे घेऊन आला.
"काय बाबा, पेढे कसले?''
"तुमी सुटला न्हवं का?''
"काय सांगतोस काय? —खरंच? अग ए....''
दंडवत्यांना काय करावं काही सुचेचना. त्यांनी कुटुंबाला ओळीने हाका मारायला सुरुवात केली. मूळची वृत्ती गंभीर म्हणून नाहीतर दंडवते नाचलेसुद्धा असते. त्यांचा तो अबोल आनंदोत्सव संपल्यावर मोरेनं विचारलं,
"सायेब, तुमी सुटनार तर व्हताच, इकता आनंद झालाया?''
"मोरे, तुला कल्पना येणार नाही.''
"असं कसं सायेब?''
"मी कसा सुटलो रे पण?''
"सायेब, मी अडाणी मानूस. चार बुकं शिकलेल्या मानसाला म्या काय सांगावं?— कायचं काय ऐकलं हाय त्येचा आधार घेऊनशान बोलतो.''
"बोल बोल.''
"सायेब. जुनी रीत हाय. जाळ्यामंदी एकच कबुतर गावला का नाय, की पार त्याचा इस्कोट झालाच बगा. पन् शंबर कबुतरं गावली की जाळ्यासंगट उडतात बगा.''
"शंभर?—''
"म्हंजी बोलायची रीत झाली. कवा कमी भरत्याल कवा जास्त.''
—दंडवते विचारात पडले. कुटुंब नवऱ्याची कीव करीत पहात राह्यलं. न राहवून त्यांनी विचारलं,
"मला कसं कळलं नाही?''
"सायेब, त्येच्यासाटी तुमच्यावानी मानूसच हवा; लई डोस्कं नसलेला. स्टोअरवर नंबरी हपिसर ठिवला तर त्यो दुसऱ्याला म्होरं उबा करील का?''
"खरंच सांगतोस?''
"आत्ता वं...''
"मग आता काय काय होईल?''
"ह्या जाळ्यातलं नंबरी कबुतर—त्येची रातोरात बदली व्हईल. जादा नंबरी असंल त्याला बढती गावंल. दंडवतेवानी भोळा सांब जितं हाय ततंच राहील

आन् त्यो मोरेबी.''

—दंडवतेला सगळं चित्र स्पष्ट दिसलं, तरी एक कुतूहल होतंच. ते म्हणाले,
''मोरे, मला आता सावध राहायला हवं.''

''व्हय्.''

''मला आता इतर कबुतरांची नावं सांग''

''खूळ का काय सायेब?''— असं म्हणत मोरे उठलाच.

''मोरे, तसा जाऊ नकोस. मला इतरांची नावं सांगा.''

''सायेब, लोकशाही हाय. दुसऱ्या कबुतरांची नावं विचारायची नसत्यात्.''

—मोरे दरवाजापर्यंत गेला.

''चहा ठेवलाय् ना—''कुटुंब बोललं.

''चहा घ्येतो... पन् त्ये नावाचं इसरायचं.''

मोरे मोकळेपणी हसला. दंडवते नुसते पहात राह्यले.

◆

गोष्ट हातातली होती!

"बाई, तुमचा फोन आहे."
"माझा?""हो. तुमचाच."
मला बरंच नवल वाटलं. मला कधीच कुणाचा फोन येत नाही. आज कुणाचा आला असेल बाई? घरी लग्नाची बोलणी चालली आहेत. सकाळी साडेआठ वाजल्यापासून चालली आहेत. जेवण करून मी ऑफिसला निघाले, तरी बोलणी चाललीच होती. अधूनमधून एखादं वाक्य ऐकू येत होतं घरात! मध्येच केव्हा तरी त्यांच्याकडची सगळी मंडळी उठून बाहेर गेली. मामाही तेव्हा आत आला. मला वाढता वाढता आई त्याच्याकडे जात म्हणाली,
"काय म्हणताहेत रे?"
"जरा ओढून धरण्याचा प्रयत्न चाललाय्."
"ह्यांना म्हणावं, एकदम काहीतरी कबूल करून बसू नका."'
"सांगणार आहे. पण...."
तेवढ्यात दादा लगबगीनं आले आणि मामाला घेऊन परत गेले. आमचे दादा अगदी सांब. व्यवहाराची वाटणी केली परमेश्वरानं, तेव्हा नेमके गैरहजर राहिलेले. त्यामुळे पुढची बोलणी करताना सारखे मामाचा कोट धरून बसलेले. मी आईकडे पाहात राहिले जेवण सोडून.
"तू जेव आपली. इकडे लक्ष देऊ नकोस." आई म्हणाली.
"छे बाई, मी नाही लक्ष देत कुठंही."
आईला मी असं म्हणाले खरी, पण सगळं लक्ष घरी होतं. दादांच्या भोळ्या स्वभावाची मला पूर्ण कल्पना होती. माझं लग्न यंदा व्हायला हवं म्हणून ते कोणत्याही अटी मान्य करतील ही मला भीती होती. सगळं लक्ष घरी होते. त्यात हा फोन! पहिलाच फोन हा मला आलेला असा!
'राधा कर्वे आहेत का?'—'मीच बोलते आहे. आपण कोण?' —'मी श्रीकांत रानडे'
'तुझे आहे तुजपाशी' नाटकातल्या संवादाची आठवण झाली. 'फोन म्हणजे अगदी कानगोष्टी!' सर्वांगांतून एक शिरशिरी वाहात गेली. अंगावर रोमांच उठावेत असं नातं अजून जडलेलं नव्हतं; पण पहिलावहिला फोन त्यांच्याच यावा हे नवल नव्हतं का? काय बोलावं काही कळेचना. अशी गोंधळलेली मी!

'मी फोन केला ह्याचा राग नाही ना आला आपल्याला?' किती मार्दव आवाजात. चटकन् उत्तर द्यावं की नाही मी; पण काही सुचेनाच.
"आपण बोलत नाही, त्याअर्थी आपल्याला राग आलेला दिसतोय.
"छे छे, राग यायचं काय कारण?"
त्यांच्या आवाजात एकदम मोकळेपणा आला. ते भराभर म्हणाले,
"तुम्हाला राग येणार नाही ह्याची मी कल्पना केलीच होती."
"आपलं काही काम होतं का?"—थोडासा धीटपणा दाखवत मी विचारलं.
"काम विशेष नव्हतं, पण आहेही! अजून मी जरा विचारच करतो आहे."
त्यांच्या उत्तराची मला गंमत वाटली; पण बाई, विचार पूर्ण झाल्याशिवाय का कुणी फोन करतं? तेसुद्धा नुकताच पाहाण्याचा कार्यक्रम झाल्यावर? तसं नाहीच. विचार करूनच त्यांनी फोन केला असणार. एखादे वेळेस पाहायचं असेल, मी कितपत इंटरेस्ट दाखवते ते. माझाही धीर चेपत चालला होता. आणि म्हटलं, ह्या गृहस्थाला तसं घाबरण्याचं काय कारण आहे आपल्याला?
"विचार पूर्ण झाल्याखेरीज का आपण फोन केलात?"
"बरं, सांगतोच आता. आज संध्याकाळी माझे काही स्नेही येणार आहेत. आपल्याला पाहण्याची त्यांची इच्छा आहे, तेव्हा आपण आज पुरोहितच्या हॉटेलात याल का?"
श्रीकांतकडून अशी काही मागणी होईल ह्याची कल्पनाच नव्हती. त्यांची चांगलीच निराशा होणार होती माझ्या नकारामुळे. पण 'हो' तरी कशी म्हणू? दादा आणि आई...
"अरे हो! घरी अजून बोलणी चालली असतील. फिसकटतात की...
"आपल्याला राग आला का?" त्यांनी विचारले.
"राग नाही आला. पण मी आजच यायला हवं का?"
"हो. का? काही अडचण?""तसं काही नाही. पण आत्ता आमच्या घरी लग्नाची पुढची बोलणी चालली आहेत. ती कशा स्वरूपाची होताहेत कळत नाही. तिथं जर काही बिनसलं, तर मी आज येऊन काय करू? त्या बघण्याला काही अर्थच नाही."
"आपलं म्हणणं मला पटलं आणि स्पष्टवक्तेपणाही आवडला. तरी मी एक सांगतो, की आमच्या घरची मंडळी बारीकसारीक तपशीलावरून कार्य मोडणार नाहीत. आपण मला पसंत आहा आणि मीही आपल्याला पसंत आहे, असं वाटतं; तेव्हा..."
"आपला अपमान करण्याची माझी इच्छा नाही, पण तरीसुद्धा आज येण्यात घाई होईल, असं मला वाटतं. माझ्या काही मैत्रिणींची, नातेवाईक मुलींची लग्नं

एवढ्या मामुली गोष्टींनी मोडली आहेत, की त्या गोष्टी विसरायच्या म्हटल्या तरी विसरल्या जात नाहीत.''

''तसं घडलं असेल; मी नाकारीत नाही. पण आपल्या लग्नात ह्या गोष्टी कटाक्षाने टाळल्या जातील, हे मी तुम्हाला हमीपूर्वक सांगतो. तेव्हा...''

वारंवार नाही म्हणायला जीभ रेटेना. समोर व्यक्ती जरी दिसत नसली, तरी फोनवरूनदेखील किती भीड वाटते, ह्याची कल्पना आली. मी म्हटले,

''मी प्रयत्न करते.''

''थँक्स.'' —त्यांनी पटकन् फोन खाली ठेवला.

मी जाग्यावर येऊन बसले खरी, पण मन कुठं जाग्यावर होते! कशाकशांत लक्ष लागेना. कसली तरी विचित्र हुरहूर लागून राहिली. घरी काय झालं असेल? बोलणी कुठपर्यंत आली असतील? श्रीकांत म्हणतात, घरची मंडळी कार्य मोडणार नाहीत. असेल असेल, तसंही असेल. त्यांच्या माणसांची त्यांना जास्त माहिती; पण मग सकाळी मामा असं का म्हणाला, 'ओढून धरायचा प्रयत्न चाललाय म्हणून?—काही कळतच नाही. श्रीकांतनाही काही कळत नाही. ह्या असल्या कार्यात स्वार्थ कुणाला सुटलाय का? फुकटफाकट पैसा मिळत असेल, तर कोण सोडायला बसलंय? मुलगा असणं स्वत:ला, हीच लग्नाच्या बाजारपेठेतली मोठी पत! खणखणीत चालणारं नाणं!

श्रीकांतना वाटेल थोडं वाईट मी नाही गेले तर. लग्न फिसकटलं तर काहीच नाही. काही दिवस राहील त्यांच्या लक्षात, नंतर विसरतील आणि ह्याच्या उलट झालं तर? लग्न जमलं तर?

तर बाई, लग्नानंतरही हे उगाळत बसायची स्वारी! खरंच, काय करावं काही कळतच नाही. असल्या बाबतीत सल्ला तरी कुणाचा घ्यायचा? काही कळत नव्हतं आणि भेटायला जावं असंही मनापासून वाटत नव्हतं. मनात विचार येत होता आई-दादांचा. माझं लग्न व्हावं म्हणून काहीही अटी कबूल करून बसतील. एरव्ही आई-दादांना भोळे म्हणते, पण केव्हा केव्हा तीही पटकन् त्यांच्याच बाजूची होते. रानड्यांचं स्थळ मोह पाडणारं होतं, ह्यात शंकाच नव्हती. स्वत: श्रीकांतसुद्धा... अय्या!... काय हरकत आहे पण, त्यांच्याविषयी खरं खरं आणि तेही स्वत:शी बोलण्यात?... हो, तर तेही लाघवी, रुबाबदार... आई म्हणून तर भारावली. दादाही एकूण खूष आहेत. खूष नाही कोण? मलाही मोह पडलाय. पण हे जरी सगळं असलं, तरी दादांना जास्त तोशीस पडू नये ही पण इच्छा आहेच. त्यांनी माझ्यासाठी फार फार खस्ता खाल्ल्या आहेत. फुलासारखं मला जपलं आहे. मी नोकरी धरली, तेव्हा आठ-दहा दिवस ते बेचैन होते. कुणाशी घरात बोलले नाहीत. आणि मग आठ-

दहा दिवसांनी ते मला म्हणाले,

''राधा, जमत असेल तर नोकरी सोड. तू नोकरी करावीस असं मला वाटत नाही.''

''त्यात मी विशेष काय करत्येय पण दादा? घरी बसून तरी काय करू? गंमत म्हणून नोकरी करते.''

माझ्या उत्तरानं त्याचं समाधान नक्कीच झालेलं नव्हतं. आर्थिक परिस्थितीसाठीच मी नोकरी करीत आहे, हे न समजण्याइतके दादा...

''राधाबेन, कसला विचार चाललाय? फोन कुणाचा होता?'—शेजारच्या कुंदानं विचारलं,

''फोन घरचाच होता.''

''मग कसला विचार चाललाय? घरी लवकर जायचं आहे का?'— तिनं विचारलं.

घरी लवकर जावं, जाता येईल ह्याचा विचारही डोक्यात नव्हता माझ्या! पण कल्पना चांगली होती. कामाचं नाटक करीत बसण्यापेक्षा परवानगी घेऊन सरळ घरीच का न जा? पुढची बोलणी तरी समजतील!

मला लवकर आलेली पाहून आईला चांगलंच आश्चर्य वाटलं.

''तू आत्ता कशी?''—आईनं विचारलं.

''तिला आता कुठलं चैन पडायला?'' मागोमाग येत मामानं चिडवण्याचा मोका सोडला नाही.

''अरे चालायचंच. मुलीची जात. पुरुषांसारखं थोडंचं आहे? दुसऱ्याच्या घरात जायचं म्हणजे काय वाटतं, हे नाही कळायचं कुणाला!'' आईनं सावरलं.

''अगं हो, नाही कोण म्हणतं? पण म्हणून काय दांडी मारायची ऑफिसला?''

''आणि बंधुराज, मग लग्न जमल्यावर आपण का पंधरा दिवस घरी बसून काढलेत हो? मी काही विसरले नाही.''

—आईचं आणि मामाचं जुंपलं होतं. मी त्या दोघांकडे पाहून हसत होते. आई माझ्याकडे पाहात पुढे म्हणाली,

''तर काय? असा अधीर झाला होता तेव्हा!''

हातातली पर्स टेबलावर ठेवीत मी म्हणाले,

''सगळे पुरुष सारखेच. जरा दम निघत नाही त्यांना.''

''समजलं, समजलं, लवकर येण्याचं कारण! रानड्यांनी लगेच अपॉइण्टमेंट दिली ना?''

मामा माझे खांदे घुसळीत म्हणाला. आई पण जवळ येत म्हणाली,

"काय ग?"
"जवळ जवळ तसंच." मी पटकन् म्हणाले.
"लगेच बरे तुला भेटले. कुठे आले होते?"
—एक पट्टी उंच स्वरात आईनं विचारलं,
"फोन आला होता." माम पटकन् म्हणाला.
"मग त्यांना सांगितलं की नाहीस की There is many a slip between a cup and—' त्याला मधेच अडवीत मी म्हणाले,
"तेच, तेच. तेच पाहण्यासाठी घरी लवकर आले. मला शंका होतीच जरा."
"तिला काहीतरी सांगू नकोस रे. ती तेच डोक्यात घेऊन बसेल." आईने मामाला बजावले.
"वा, असं कसं म्हणतेस? मला समजायलाच हवं सगळं. केव्हातरी समजणारच आणि मग सांग पाहू आत्ताच."—मी आईचा पिच्छा पुरवला.
"अग, पण होय होय. जरा थांबशील की नाही! आत्ताच आलीस. चहा वगैरे घे. मग बोलायचं आहेच सगळं."
"नाही. आधी सांग. तोपर्यंत मी चहा घेणार नाही."
"तू म्हणजे अशी आहेस! एक नंबरची हट्टी."
"असू दे. काय झालं ते सांग."
"अग, काय व्हायचंय जास्तीत जास्त? त्यांनी हुंडा मागितलाय्.'
"किती?"
"फक्त पाच हजार. प्लस मानपान." मामा मध्येच म्हणाला.
"अस्सं"—मी म्हणाले.
"ते राहू दे. मघाशी फोनचं काय सांगत होतीस?"—आईनं आधण ठेवीत विचारलं. तिच्या प्रश्नाकडे माझं लक्ष होतं. पण उत्तर देण्याची संवेदना बधीर झाली होती. श्रीकांतचा फोनवरचा सगळा संवाद पुन्हा आठवून गेला. त्यांना मी दिलेली सगळी उत्तरं — बरं झालं मी नाही गेले तेच!
"फोनचं सांगतेस ना?" — आता आई माझा पिच्छा पुरवू लागली. मी तिला मग शब्द न् शब्द सांगितला. मात्र त्यात कसलाही उत्साह राहिलेला नव्हता. आई आणि मामा दोघंही त्यावर काही बोलली नाहीत. माझा चहा घेऊन होतो न होतो तोवर दादा बाहेरून आले. मग परत तो सगळा विषय निघाला. दादा म्हणाले,
"अरे, मग का नाही गेलीस? वडीलमाणसं असताना आपण मुलांनी व्यवहारांत, देण्याघेण्यांत लक्ष घालूच नये. श्रीकांतचं पाहा. काही विचार करताहेत का?"

"ते कशाला विचार करतील? त्यांना फक्त घ्यायचं आहे"— मी फटकन् बोलले.
"त्यांना कदाचित ह्यातलं काही माहीत नसेल हो." — आई म्हणाली.
"त्यांना माहीत असो अगर नसो, मी सांगते दादा, ह्याच स्थळाशी आपलं अडलेलं नाही."
"अग पण असं त्यात बिघडलं काय? लग्न म्हटलं की, असा खर्च ठेवलेलाच. आपण साडेतीन-चारपर्यंत तयारी ठेवलेलीच आहे. त्यांची मागणी थोडी जास्त आहे. ती पुरी करणं काही तेवढं अशक्य नाही." — दादा समजावू लागले.
"मलाच पसंत नाही पण ते. एवढा अवाढव्य खर्च करून हे लग्न झालं, तर मला ती गोष्ट लागून राहील. माझं कशातही लक्ष लागायचं नाही. त्यांना कळवून टाका, हे जमायचं नाही."
त्यानंतर दादा-आई काय म्हणतात हे न ऐकता मी बाहेरच्या खोलीत निघून आले.

लग्न म्हटल्यावर एवढा खर्च यायचाच हे दादा-आईंनी गृहीतच कसं धरावं? रानड्यांनी पाच हजाराची मागणी करावी, ह्यात त्यांना विशेष वाटू नये? तशी आमची परिस्थिती बेताचीच होती. नोकरी करून साठवलेल्या पैशावरच आता दादा-आईचा पुढचा संसार चालायचा होता. त्या पैशाला एवढ्यातच धक्का लागू नये म्हणून मी नोकरी धरली होती. दादांचे पैसे अशा तऱ्हेनं उधळले जावेत, अशी माझी बिलकुल इच्छा नव्हती. पण दादा-आईला त्याचं काही वाटत नसावं, किंवा माझं लग्न ही एक जीवनातली शेवटची जबाबदारी म्हणून त्याची एवढी किंमत हे समीकरण त्यांनी फार वर्षांपासून मनावर ठसवलं असणार! काही का असेना, माझा त्याला तीव्र विरोध होता हे निश्चित!
ऑफिसला निघताना दादांनी आज परत विचारलं,
"मग काय राधा, रानड्यांना काय कळवायचं?"
"काही कळवूच नका. ते समजतील त्यावरून."
"पहा बरं. विचार कर."
"केला. पूर्ण केला."
"तिला काय कळतंय त्यात?"— आई पुढे येत म्हणाली.
मी तेवढ्याच निग्रहानं म्हणाले,
"आई, इतर बाबतीत मला काही कळत नसेल. तरीही हे लग्न व्हावं असं मला स्वत:लाच वाटत नाही."
माझ्या स्वरातला निश्चय आणि धार आईला व दादांना जाणवली असणार.

गडबडीनं दादा म्हणाले,

"बरं, बरं, तू जा आता कामावर. कामावर जाताना तुझी मन:स्थिती चांगली राहू दे. आपण पाहू मग.''

मी ऑफिसला येऊन जेमतेम तास झाला असेल नसेल!— पुन्हा फोन. एकदा वाटलं, शिपायाला सांगावं, 'सांग, बाई जाग्यावर नाहीत म्हणून.' पण उगीच खोटं कशाला? आणि त्यांना एवढं भ्यायचं तरी कशाला? त्यांचीही काही बाजू असेलच की. मग मी उठले. फोनजवळ गेले.

"हॅलो, मी राधा कर्वे बोलते आहे.''

"मी, श्रीकांत... श्रीकांत रानडे. काल तुम्ही आला नाहीत?''—त्यांनी पटकन प्रश्न विचारला. माझ्याकडे उत्तर अगदी तयार होतं; पण ते देण्याचं धारिष्ट्य होईना. धारिष्ट्य म्हणण्यापेक्षा व्यवस्थित शब्द सापडेनात. विचारायचं म्हणून मी विचारले, "आपण वाट पाहिलीत का?''

"खूपच. दोस्त लोकांची चेष्टाही ऐकून घ्यावी लागली.''

"सॉरी! काल मी घरी लवकर गेले; अगोदर घरी जाऊन मी तिकडे येणार होते. पण...''

"काय, पण काय?''

"तुम्हाला माहीत असेलच, की पुढची बोलणी...''

माझे वाक्य अर्ध्यावरच तोडीत ते भर्रकन् म्हणाले,

"थांबा हं जरा. ह्या असल्या विषयावर बोलताना मध्ये फोन नको. मी एक वाजता तुमच्या ऑफिसात येत आहे. तुम्ही खाली येऊन थांबा.''

माझ्या प्रत्युत्तराची वाट न पहाता त्यांनी फोन खाली ठेवला. मी चांगलीच गोंधळात पडले. हा सगळा मामला असा का चाललाय, हेच मला कळेना. लग्न, लग्न म्हणून जे काही म्हणतात, त्याची सुरुवात अशीच का असते? एवढी रुक्ष एवढी व्यवहारी?—

—आता हे माझ्याशी काय बोलणार आहेत? त्यांच्याकडे असेल म्हणा बोलण्यासारखं खूप. पण मी काय बोलू? त्यांना टाळू, का त्यांचं स्वागत करू? भेटायची इच्छा नाही सांगू, की परत त्यांना काय म्हणायचंय् ते ऐकून घेऊ? त्यांचं ऐकून घ्यायचं म्हणजे झालंच. त्यांच्याबरोबर फिरणं आलं. कुठल्यातरी हॉटेलच्या फॅमिली रूममध्ये बसणं आलं. सगळंच आलं. जे काल टाळलं, ते आज माथी येऊन बसलं खरं!—

आणि तसंच झाले. श्रीकांतनी शोध घेत वर यायच्या आतच मी खाली जाऊन उभी राहिले. बरोबर एक वाजता ते आले; आणि आम्ही जणू काही सगळं

ठरविल्याप्रमाणेच बरोबर चालू लागलो.

''फार वेळ उभं राहावं लागलं का?'' त्यांनी विचारले,

''नाही नाही. नुकतीच आले होते.''

हॉटेलात जाऊन बसेपर्यंत मग काही बोलणं झालं नाही. फॅमिली रूममध्ये जाऊन बसतो ना बसतो, तोच फाटकन् दरवाजा उघडीत बॉय येऊन उभा राहिला.

''काय घेणार?'' श्रीकांतनी विचारले.

''काहीही.''

''दोन स्पेशल कॉफी आणि वेफर्स आण.''

बॉय निघून गेला. बोटांत बोटं गुंफवित त्यावर हनुवटी टेकवित माझ्याकडे लोभस नजरेनं पाहात श्रीकांतनी म्हटले,

''बोला.''

मी क्षणभरच त्यांच्याकडे पाहिले आणि माझी मान खाली झाली. त्यांच्या नजरेतला तो धीटपणा मला आवडलाही आणि कुठंतरी खुपलाही. मी त्यांच्याकडे पाहात नव्हते, तरीही त्यांची नजर माझ्यावरच खिळली होती, हे मला समजत होतं. अशा तऱ्हेने एखाद्या प्रदर्शनातल्या बाहुलीप्रमाणे त्यांच्यासमोर बसणं कसंतरीच वाटत होतं. त्याहीपेक्षा ते काय बोलणार आहेत, ह्याचाच मला विचार पडला होता.

''माझ्या फोनचं काल घरी बोललात तुम्ही?'' श्रीकांतनी विचारलं.

''हो.''

''कुणी काही म्हणालं त्यावर?''

''आईचा कल दिसला मी जावं असा.''

''बरं मग?''—त्यांनी अधीरतेनं विचारलं.

''आपल्याला काही कल्पना नाही का, काल आमच्या घरी काय काय बोलणी झाली त्याची?''

—त्यांच्या प्रश्नाचं उत्तर देण्यापूर्वी मीच त्यांना उलट प्रश्न विचारला.

''आहे ना. आमच्या वडिलांनी तुमच्या दादांना आमच्या अपेक्षा काय काय आहेत त्या सांगितल्या, ते मला काल रात्री समजलं, घरी गेल्यावर.'' श्रीकांतनी लगेच उत्तर दिले.

''आपल्याला ते रात्री समजलं, मला काल संध्याकाळीच समजलं, आपल्याकडे येण्यापूर्वी; म्हणूनच...''

''तुम्ही आला नाहीत असंच ना?''

''हो. येऊन काय उपयोग होता? काल मी फोनवर जी शंका व्यक्त केली होती, तीच खरी ठरली.'' मी आता सावधगिरीने बोलू लागले. श्रीकांतचे खरेखुरे

विचार समजून घेण्याची हीच वेळ होती. अशी हॉटेलात येण्याची संधी मिळाल्याबद्दल मी देवाचे आभार मानले. आता असंच करायचं; आपण कमी बोलायचं, त्यांना जास्तीत जास्त बोलायला लावायचं.

''तुमच्या दादांनी कळवतो म्हणून सांगितले आहे!''—श्रीकांत म्हणाले.

''कळवतो— ह्या शब्दाचा अर्थ लग्नाच्या व्यवहारात आहे तसा कुठं घेतला जातो?''

''म्हणजे?'' त्यांनी अज्ञान दर्शवित विचारले. ह्या बाबतीत श्रीकांतना काहीच कळत नसावं, असं मला एकदा वाटलं; पण त्यांची नजर तेवढी निरागस वाटत नव्हती. जाणूनबुजून असा सूर ठेवून त्यांना माझी मतंही कशावरून ऐकायची नसतील? हा लपंडाव ते मुद्दाम कशावरून खेळत नसशील?— मी गोंधळले. मग वाटायला लागलं, अशी माझी परीक्षा घेण्याची श्रीकांतना काय जरुरी आहे? काय अधिकार आहे?— अशा विचित्र अवस्थेत त्यांनी मला का आणावं? बरं, त्यांनी आणलं तर आणलं; पण मी का प्रामाणिकपणानं त्याला तोंड द्यावे? 'मला सवड नाही' असं मी का सरळसरळ सांगू नये? ठीक आहे. त्यांना सगळे माहीत असो वा त्यांचा तो लपंडाव असो, आपण आता स्पष्ट व्हायचं. मी निर्णयाला यायला आणि त्यांनी प्रश्न विचारायला एक गाठ पडली.

''दादांनी कळवलं नाही अजून?''—

''आम्हांला हे परवडणार नाही म्हणून नाही कळवलं.''

श्रीकांतचा चेहरा एकदम उतरला. मला वाईट वाटू लागले. पण त्या वाईट वाटण्याचा उपयोग नव्हता. एवढा खर्च आम्हाला झेपणार नव्हता, हे तितकंच खरं होतं. श्रीकांत गप्प होते. प्रॉब्लेमला सुरुवात त्यांच्याकडूनच झाली होती, त्यामुळे उपाय त्यांच्याकडूनच व्हायला हवा होता. मी आणखी मोकळं व्हायचं ठरवलं. कॉफीचे कप निवत होते. आम्ही तशीच ती घेतली. वेफर्सना त्यांनीही हात लावला नाही. मीही नाही. मी मग विचारले,

''आपल्या वडिलांच्या अपेक्षा समजल्या. आपलं स्वत:चं ह्या बाबतीतलं मत मला समजेल का?''—

माझ्याकडे पाहात ते म्हणाले,''त्यापूर्वी मला तुमची सगळी हकीकत कळायला हवी आहे.''

''त्याचा काय उपयोग? कितीही झालं, तरी तुम्ही वरपक्षाचे; म्हणजे विरोधी गटाचे!''

श्रीकांत ह्या बोलण्यावर चमकले. आवाज थोडा चढवीत ते म्हणाले,

''पक्ष, गट, हे शब्द तुम्ही का वापरता? एक मित्र, स्नेही म्हणून का तुम्ही सांगू शकत नाही?''

त्यांच्या ह्या नव्या विचारानं मला अपराध्यासारखं झालं. मी म्हणाले,
"तुमच्या भावना मला दुखवायच्या नव्हत्या. स्नेही म्हणून मी तुम्हाला सगळं सांगते."— मग मी त्यांना सगळं आयुष्य सांगितलं. माझं आणि दादांचंही. आमच्या आर्थिक परिस्थितीचीही मोकळेपणी कल्पना दिली. मी एवढ्या प्रसन्नपणे, कोणताही आडपडदा न ठेवता बोलेन, याची श्रीकांतना कल्पना नव्हती. शेवटी तर मी स्पष्ट म्हणाले,
"पाच हजार द्यायला आमच्याकडे नाहीत असं नाही. त्याने आमचा प्रश्न सुटेल. माझं लग्न होईल. पण माझा हा प्रश्न सोडविताना दादा स्वत:समोर नंतर कधीही न सुटणारा प्रश्न निर्माण करणार आहेत; त्याचं काय?"
श्रीकांत गप्प होते. मी परत म्हणाले,
"ते राहू दे, आपलं स्वत:चं काय मत आहे?"
"माझ्या वडिलांसमोर मी काय बोलू?"—
त्यांच्या ह्या उत्तराचा मला राग आला. पण वरकरणी न दर्शविता मी म्हणाले,
"आपण बोलूच नका काही. आमची बाजू घेऊन आपण आपल्या वडिलांशी बोला, असं मी म्हणणं हा वेडगळपणाचा कळस होईल. मी जर आपल्याला पसंत असते तेवढी, तर आपण हे आधीच केलं असतंत."
माझ्याकडे अगदी विलक्षण अर्थानं श्रीकांतनी पाहिलं. आपल्या बोलण्यात काही अतिरेक झाला का?—
"आपण मला फार पसंत आहात." ते पटकन् म्हणाले.
श्रीकांतच्या ह्या उत्तराने मला फार फार बरं वाटायला हवं होतं. पण त्याहीपेक्षा त्यांच्या गप्प बसण्याची मला थोडी चीड आली. एकदम वाटलं, ह्यांना थोडं आणखी चिडवू या. ह्यांना जरा जागे करू या. त्यांच्यातल्या पुरुषाला चेतवू या. ह्या विचारानं मी म्हणाले,
"मी आपल्याला आवडले असेनही. भाग्य माझं. पण आपण घरी बोलू शकत नाही. कदाचित् असंही असेल, की तुमच्या पसंतीनं मनासारखी बायको आणि वडिलांचा हट्ट ह्या नावाखाली पैशाचीही प्राप्ती, असाही हेतू कुठंतरी तुमच्या मनात असेल."
माझी मात्रा अचूक लागू पडली. टेबलावर हात आपटीत ते ताडकन् उभे राहिले. पण परत स्वत:ला सावरीत ते म्हणाले,
"तुम्ही कोणताही तर्क लढवायला स्वतंत्र आहात; पण शेवटी जातीवर गेलात. मी आत्ता इथं काहीच सांगत नाही; पण मनात आणलं, तर मी ही रक्कम कमी करू शकतो. तुम्हाला झेपत नसेल, तर सगळीच्या सगळी रक्कमदेखील मी वडिलांना सोडायला लावू शकतो. केवळ तुमच्याकरता."

"थांबा. मला तुमच्याशी बोलायचं आहे. बसा इथं."
मी म्हणाले आणि श्रीकांत बसले. मलाही खूप आत्मसंयमन करावं लागलं! मनातला विचार व्यक्त करण्यासाठी मला सुसंगत मांडणी हवी होती, वेळही हवा होता. इच्छा नसताना मी पाण्याचा ग्लास उचलला, तोंडाला लावला. श्रीकांत माझ्याकडे पाहात होते, पण त्यांच्या दृष्टीतला भाव मात्र जाणता येत नव्हता. एका दमात पाणी संपवून मी ग्लास खाली ठेवला. थोड्याशा अपराधी स्वरात मी मग म्हणाले,
"आपल्या विषयाला फारच निराळं वळण मिळालं. मला असं काही म्हणायचं नव्हतं."
"जाऊ द्या; झालं ते काही फारसं बिघडलं नाही. तुम्ही वाईट वाटून घेऊ नका?"
"मला वाईट दुसऱ्याच गोष्टीचं वाटतं. लग्न, विवाह, ह्यासंबंधी माझ्या फार निराळ्या कल्पना होत्या, त्याला फार धक्का बसला. दोन प्रवाहांनी नकळत एकरूप व्हायचं, पावित्र्य अबाधित ठेवायचं आणि कोणतंही किल्मिष मनात न ठेवता त्या मंदिरात प्रवेश करायचा, हे माझं स्वप्न होतं; ते स्वप्नच राहिलं."
"ते स्वप्न सत्यात उतरेल. सगळं माझ्यावर सोपवा. मी शब्द टाकणार आहे तुमच्यासाठी वडिलांकडे," —श्रीकांत म्हणाले.
"माफ करा, मला ह्यात अर्थ वाटत नाही. पैशाच्या व्यवहारात चढउतार करायला ही खरेदीविक्रीची बाब नाही एखाद्या वस्तूच्या! ज्या घरात मी त्या घराची लक्ष्मी म्हणून प्रवेश करणार, त्या घरात मी संपूर्ण आनंद घेऊन गेले पाहिजे; आणि त्या घरातल्या प्रत्येक व्यक्तीला माझं स्वागत करताना समाधान लाभलं पाहिजे. तुमची मागणी वाजवी आहे, की गैरवाजवी हे पाहण्याचं कारण नाही. तुमची अपेक्षा समजली. तेव्हा ह्या ऋणानुबंधांत कोणीतरी एक असंतुष्ट राहाणार, हेच मला प्रशस्त वाटत नाही. संसारमंदिराच्या मार्गाची माझी कल्पना फार वेगळी आहे. तो मार्ग काट्याकुट्यांचा चालेल, पण फसवा नको."

श्रीकांत रानडे ह्यांची अधूनमधून आठवण यायची. तसे ते वाईट नव्हते. आकर्षक होते, हुषार होते, भल्यामोठ्या हुद्द्यावर होते. लग्न मोडायला तसं काही कारण नव्हतं; माझ्या मताव्यतिरिक्त!— मी जर पुरुष असते, तर माझ्या ह्या विचारसरणीचं खूप कौतुक झालं असतं. हुंडा, मानपान, सोपस्कार न होता लग्न व्हावं असं कोणत्याही मुलीला वाटल्यास नवल नव्हतं; म्हणूनच असा हा उपद्व्याप केल्याबद्दल दादा-आईची मी अजून बोलणी खात होते. आजवरची असंख्य लग्नं अशीच वाटचाल करीत मार्गाला लागली असतील, पण मला तो

विचारच मंजूर नाही त्याला काय करणार? चांगले कर्तेसवरते, मिळवते पुरुष; अशा कृपेच्या पैशाची त्यांनी अपेक्षा का करावी? किंबहुना, त्याला प्रधान महत्त्व का प्राप्त व्हावं? गेले दोन महिने—त्या दिवशीच्या हॉटेलातल्या प्रसंगानंतर मी विचार करते आहे, की देण्याघेण्याच्या बाबीवर श्रीकांतनी मला का नाकारावं? आजदेखील ऑफिसला जाताना उगीचच श्रीकांतची आठवण येत होती. हो,पण उगीच कशावरून?— आज तर बरोबर तारखेने दोन महिने होतात त्यांच्याशी बोलून!— मला त्यांची आठवण येते,पण पश्चाताप मात्र तिळभर होत नाही. 'तुमच्याकरिता मी शब्द टाकीन'— ह्या असल्या बोलण्यात मला निराळाच दर्प येत होता.

रस्ता क्रॉस करताना समोर नजर गेली; आणि समोर शारदा दिसली. अरे, हिच्या गळ्यात मंगळसूत्र? — आणि हिनं मला कळवलं नाही? —हिच्या घरी दोन वेळच्या जेवणाची भ्रांत. वडिलांनी जुगारापायी सर्वस्व घालवलं आणि सोन्यासारखं घर उजाड झालं. योगायोगानं शारदेची माझी ओळख झाली. मग मैत्री आणि शेवटी बहिणीबहिणींचं नातं! मी खूपदा तिला अडीअडचणीला मदत केलेली. शारदेने मला लग्नाचे कळवू नये अं!

'शारदा' मी हाक मारली. मग ती अगदी धावत धावत आली. माझे हात हातांत घेऊन तिनं खूप घुसळले तिनं! तिचा आवेग ओसरल्यावर मी तिला विचारलं.

''शारदा, तुला शोभलं ना हे?''

''थोडक्यात नाही सांगता येणार. चल समोरच्या कॅफेमध्ये.''

''आणि ऑफिस....''

''माझ्यासाठी होऊ दे थोडा उशीर.''

हॉटेलात स्थानापन्न होता होता मी म्हणाले, ''लवकर सोड हं मला.''

''मला तुझी क्षमा मागायची...''

''ते सवडीनुसार सगळं. आधी लग्न केव्हा झालं सांग.''— मी म्हणाले,

''आठच दिवस झाले. अगदी गडबडीत झालं.''

''ते समजलंच; पण कमीतकमी मला कळायला हरकत नव्हती.''

''पळून जाऊन लग्न केलं आम्ही,'— शारदा शांतपणे म्हणाली.

''म्हणजे?''—मी चमकून विचारले. शारदेकडून अशी अपेक्षा नव्हती.

''मी नाही पळाले. हेच पळाले. पळाले म्हणजे वडिलांशी भांडले, स्वतंत्र झाले, मग लग्न झालं; आणि हे सगळं दोन दिवसांत घडलं.''

''पण कसं?''

''भांडण झालं, देण्याघेण्यावरून. आणि माझ्यासाठी ते घरात भांडले. आई-वडिलांचा संबंध तोडला आणि एका पैचाही खर्च करायला न लावता त्यांनी

माझा स्वीकार केला.''
मी पटकन् विचारले,''मग तू आता 'सौ.' कोण?''
शारदा अभिमानाने म्हणाली,'' मी आता सौ. रानडे.''
माझ्या चेहऱ्यावर झरझर झालेले बदल शारदेनं टिपले. तेवढ्यात मी विचारलं, ''मिस्टरांचं नाव श्रीकांत का?''
''हो. तुला कसं माहीत?''—औत्सुक्यानं विचारलेल्या शारदेच्या प्रश्नावर मी गप्प बसले. मला फार फार बरं वाटले. माझ्यापेक्षाही— अशा तऱ्हेने जिचा विवाह व्हायला हवा होता, अशाच व्यक्तीला रानडे भेटले, ही फारफार समाधानाची बाब होती. मला फक्त एवढंच वाटलं, की स्नेही म्हणून केव्हातरी श्रीकांतचा फोन यावा आणि ह्या क्रांतीचा इतिहास समजावा.''
''सांग ना. तुला कसं माहीत?'' शारदेनं विचारलं.
''ते विचारू नकोस. तू भाग्यवान आहेस एवढेच सांगते.'' हर्षानं न्हाऊन जात शारदा म्हणाली,''खरोखरच भाग्यवान आहे मी. आई सुटली एका विंवचनेतून कायमची.''
''खरं आहे. तुला अगदी अशाच विचारांची, देण्याघेण्यावर विश्वास न ठेवणारी व्यक्ती हवी होती. ह्या लग्नात आपल्यासारखीचा जीव उबून जातो. आईवडिलांना कमीतकमी झळ लागावी असं वाटतं आणि त्याच वेळेला ज्यांच्या घरात उरलेलं जीवन जायचं, त्यांनाही प्रसन्न करावंसं वाटतं. अशा मानसिक ताणातून आपल्याला जेव्हा जाग येते, तेवढ्या वेळात आपलं लग्न झाल्याचं आपल्याला समजतं. चांगलं झालं तुझं मात्र! आईचं गेल्या जन्मीचं पुण्य तुझ्या, म्हणून असा जावई मिळाला.''
मी भारावून बोलत होते. शारदा मात्र एकाएकी रडायला लागली. मी झटकन् उठले. तिला जवळ ओढली.
''शारदा, शारदा, हे काय? काय झालं? बोल, बोल!''
जरा वेळाने शांत होत शारदा म्हणाली,''सांगू राधा? मला तू मूर्ख नाही ना म्हणणार? सांगते मग. मला वाटतंय्, ह्या लग्नात मी चांगला पाचसहा हजार हुंडा मोजायला हवा होतो. माझी आई कर्जबाजारी होऊन, खंगून खंगून मेली असती तरी चाललं असतं. पदोपदी ह्यांची उपकाराची बोलणी तरी ऐकावी लागली नसती. सतत त्यागाच्या आणि स्वत: काय करू शकतो ह्याची मानखंडना करणारी ह्यांची बोलणी तरी थांबली असती. त्यांनी मला आता विकत घेतली आहे. पाच हजार टिकल्या जवळ असत्या, तर मग मी त्यांना विकत घेतलं असतं. त्यांचा आवाज याबाबतीत तरी गप्प केला असता. जन्मभर हा गुलामीचा संसार चालवायचा आणि त्यांचीच विचारसरणी घेऊन जन्माला

येणाऱ्या पोरांचं संगोपन करायचं...''

शारदा तळतळून, तळतळून बोलत होती; आणि लग्न मोडल्याचा आजवर न झालेला पश्चात्ताप मला आता होत होता. शारदेला जे कदापि शक्य नव्हतं, ते थोड्या तयारीनं मला सहज साध्य होतं.

✦

हायर लेव्हल

राजाभाऊ

"ह्या दोन डझन स्नोच्या बाटल्या, ह्या तीन डझन लिपस्टिक्स, हे पाच डझन पावडर बॉक्सेस्, एक डझन मॅक्स फॅक्टर."

— पोतडीतून सगळ्या वस्तू काढून मी त्या हरीभाऊंच्या समोर काउंटरवर मांडल्या. 'ब्यूटी स्पॉट जनरल स्टोअर्स' — संचालक हरीभाऊ — आता खूष व्हायला हरकत नव्हते; पण हरीभाऊंचा चेहरा होता तसाच राहिला.

कपाळावरचा घाम टिपीत मी म्हटलं,

"हरीभाऊ, एवढा आटापिटा करून धावतपळत स्टॉक आणला, तुम्ही तरीदेखील प्रसन्न दिसत नाही. मामला काय आहे?"

"मामला बिकट आहे." —दुकानातला फॅन चालू करीत हरीभाऊ म्हणाले.

—मी त्यांच्याकडे नुसताच पहात राहिलो. माझ्यासमोर उभे राहात, हातांच्या तळव्यात हनुवटी टेकीत हरीभाऊ म्हणाले,

"तुम्हाला गावात काही फरक दिसला नाही नेहमीपेक्षा?"

"नाही बुवा." — मी पटकन् म्हणालो. खरं म्हणजे गावात काही फरक झालाय् की नाही हे न्याहाळण्यासाठी मला वेळच नव्हता आणि मुद्दाम असं काय न्याहाळायचं? महिन्यातून दोनदा ज्या गावाला जायचं, त्या गावाकडे मुद्दाम नाविन्य म्हणून कोण बघतंय्?

"अगदी काही फरक दिसला नाही?" — हरीभाऊंनी परत विचारलं. मी परत प्रांजळपणे मान हलवली. मग हरीभाऊंनी परत विचारलं,

"बरं, मग आमच्या दुकानात तरी काही फरक जाणवतोय् का?"

—सगळ्या दुकानांची बारकाईनं न्याहाळणी करीत मी परत नकारार्थी मान हलवली. हरीभाऊंनी आणखीन एकदा विचारलं,

"रस्त्यावर तुम्हाला बायका-मुली दिसल्या का? "

"जरा कमी दिसल्या. पण म्हटलं—दुपारची वेळ आहे; उन्हाचं कोण बाहेर पडतं उगीच?"

"हो. पण आमच्या दुकानात बाई नाही असं दिवसातलं एक मिनिटसुद्धा जात नाही— हे तर तुम्हाला माहीत आहे ना?" हरीभाऊंनी विचारलं.

—मामला निराळा होता नक्कीच! — हरीभाऊंसारखा गृहस्थ असे वारंवार प्रश्न विचारीत बसत नाहीत. एरवीचा त्यांचा खाक्या म्हणजे, मी काउंटरवर माल ठेवायचा, पुस्तक पुढं करायचं, हरीभाऊंनी सही करायची, चहा—कॉफी घेणार का मला विचारायचं आणि मी 'काही नको' म्हणत त्यांचा निरोप घ्यायचा —हरीभाऊंनी ह्यावर दुकानात जमलेल्या रंगीबेरंगी गिऱ्हाइकात दंग व्हायचं!......पण दुकानात गर्दीदेखील नव्हती—आणि समोर पुस्तक धरूनदेखील हरीभाऊ तिकडे न बघता मला प्रश्न विचारीत सुटले होते. माझी सहनशक्ती आता संपत होती. मी त्यांना म्हटलं,

"काय झालंय् ते सांगून तरी टाका. किती वेळ टांगून ठेवणार आहात? अजून दोनशेचा माल वाटायचाय्."

"राहू द्या हो मालाची गोष्ट! आज तुमचा माल खपेल असं नाही."

"वा, असं कसं होईल? माझ्याकडे ऑर्डर्सच आहेत तेवढ्या." मी निघण्याची तयारी करीत म्हणालो. माझा हात पकडून हरीभाऊ म्हणाले,

"साहेब, आम्हीदेखील ऑर्डर दिलीच होती की, पण आम्ही कुठं माल ठेवून घेणार आहोत ह्या वेळेला?"

"म्हणजे?" — मी चमकून विचारलं.

"मागच्या वेळचा सगळा स्टॉक तसाच पडून राहिलाय्."

"असं?"

"मग सांगतो काय? गावात हाच तर फरक पडलाय् आणि तुम्ही म्हणता तुमचं लक्षच गेलं नाही. अहो, तुमच्यासारख्या सेल्समनला वातावरणातला फरक ताबडतोब जाणवला पाहिजे."

"बरं मग, आता तरी सांगणार की नाही?"

"इथं बसा असे. अरे विशा, दोन गोल्डस्पॉट सांग."

आम्ही समोरासमोर बसलो.

"बोला." — मी म्हणालो.

"आमच्या गावातले ते प्राध्यापक, संशोधक चंद्रशेखर माहीत आहेत का तुम्हाला?" हरीभाऊंनी विचारलं.

"वा, त्यांचं नाव माहीत नाही असं कसं होईल? बरं मग, त्यांचं काय? काही कमीजास्ती?"

"तसंच जवळजवळ."

"पण त्यामुळे ब्यूटी प्रॉडक्टस्वर परिणाम व्हायचं कारण काय?"

"त्यांना परवा अटक झाली."

"त्यांना अटक? अशक्य. पण कशामुळे?"

"त्यांनी म्हणे एका मुलीचा विनयभंग केला."
"हरीभाऊ, तुम्ही माझी चेष्टा तर करत नाही? त्यांच्यासारखा माणूस, त्यांना अटक? आणि तीदेखील असल्या कारणामुळे? नॉन्सेन्स!"
"बस् बस् राजाभाऊ, तुम्हाला जसा आत्ता धक्का बसला ना, तसाच धक्का गावातल्या तमाम तरुण पोरांना बसलाय्."
"पण हे कसं शक्य आहे?"
"आता प्रत्यक्ष घडलंय् हे बघत असतानाही तुम्हाला शक्याशक्यतेचा प्रश्न पडलाय्?"
"तसं नाही हो मी म्हणत. पण, पोलीस लोकांना खरा मवाली कोण, खोटा कोण—हे कळत नाही?" — मी सात्त्विक संतापानं विचारलं.
"पोलीसलोक काय दिलेल्या हुकमाचे बंदे. ते कशाला जास्त विचार करताहेत? गावाची नीतीमत्ता फार बिघडली आहे; संस्कृती नावालाही राहिलेली नाही— अशी फार ओरड व्हायला लागली, तेव्हा गावच्या पोलीस-पाटलांनी निर्बंध वाढवले. रस्त्यात स्त्री-पुरुषांनी एकमेकांशी बोलायचं नाही, एकमेकांकडे पाहायचं नाही. फक्त बहीणभाऊ व दोन मुलं झालेल्या नवराबायकोनीच बरोबर बाहेर पडायचं, असले काहीतरी नियम काढलेत. गावातल्या कॉलेज-स्टुडन्टस्वर फारच परिणाम झालाय् त्याचा आणि ह्या सर्वांवर कळस म्हणजे चंद्रशेखरना झालेली अटक."
—मी विचारांत पडलो. काही काळ गप्प राहिलो. पण तरीही स्नो-पावडर-लिपस्टिकवर परिणाम का व्हावा, हे समजत नव्हतं.
"हरीभाऊ, ह्या सर्वांचा सेलवर एवढा परिणाम झाला?"
"येस्."—
"का पण?"
"पोरं पोरींकडे बघत नाहीत."
"म्हणून काय झालं?"
"वा, तीच तर महत्त्वाची बाब. पोरांनी पाहिलं नाही तर पोरी कशाला नट्टापट्टा करतील?"
"खरं आहे. ही गोष्ट खरी आहे अगदी."
हरीभाऊंचे मुद्दे— आणि निर्माण झालेली परिस्थिती— हे दोन्ही शंभर टक्के बरोबर होतं. मुकाट्याने मी काउंटरवरच्या स्नो-पावडरच्या बाटल्या पिशवीत भरायला सुरुवात केली. आमचे प्रॉडक्शन मॅनेजर मला आता एक्स्प्लनेशन विचारणार होते. झाल्या प्रकारात माझा काहीच अपराध नव्हता; पण ह्या सर्वांवर तोड मीच सुचवावी ही आमच्या मॅनेजरची अपेक्षा असणार. मी हरीभाऊंना

विचारलं,

''हरीभाऊ, ह्यावर काही उपाय?''

''मी काय सांगणार?''

''मी पोलीसपाटलांना भेटू का?''

''त्याचा काही उपयोग होणार नाही. अहो, ही कामं मोठ्या लोकांची. तिथं तुम्ही-आम्ही कसे पोहोचणार? हायर लेव्हलला ह्या गोष्टी व्हायला हव्यात.''

''ते कबूल आहे. पण त्यावर काही उपाय हवा. आमचे मॅनेजर काय म्हणतील सेल खाली आलेला पाहून?''

''राजाभाऊ, परिणाम आमच्यावर नाही का झाला? तुम्हाला फक्त तुमच्या साहेबाची भीती. पण आमचा रोजचा हातातोंडाचा व्यवहार गल्ल्यातील मिळकतीवर.''

''तुम्ही पोलीसपाटलांना का भेटत नाहीत?''

''मी?''

''म्हणजे तुम्ही एकटे नाही हो, सगळ्या व्यापाऱ्यांनी मिळून भेटायचं.''

''आणि काय सांगायचं? पोरांना पोरींकडे पाहू दे म्हणून?''

—स्वतःच्या ह्या विनोदावर हरीभाऊ स्वतःच हसत सुटले. त्यांचं सुटलेलं पोट आणि काउंटरवरच बसून बसून वाढलेला देह मशीन चालू ठेवून उभ्या राहिलेल्या स्टॉपवरच्या डबल-डेकर बससारखा थरथरत राहिला. त्यांच्या मनमुराद हसण्याला पूर्ण स्कोप देऊन मी उभा राहिलो. जरा वेळानं हसणं थांबवीत हरीभाऊ म्हणाले,

''राजाभाऊ, ही कामं आपली नव्हेत. ते सर्व हायर लेव्हलला व्हायला हवं.''

◆

ऑफिसात साहेबांच्या केबिनमध्ये शिरताना माझ्या डोक्यात हरीभाऊंचं वाक्य फिरत होतं. 'ते सर्व हायर लेव्हलला व्हायला हवं.'

साहेबांना मी सर्व वस्तुस्थिती समजावून सांगितली. ह्यावर काय करता येईल ह्यावर आम्ही जवळजवळ तासभर विचारविनिमय केला. आणि मग 'थोड्याच दिवसांत आपल्याला हवी तशी परिस्थिती निर्माण होईल अशी व्यवस्था करतो' असं साहेबांनी मला आश्वासन दिलं.

◆

हरिभाऊ

पोलीसपाटलाच्या नीतीमत्ता आणि संस्कृतीसुधार योजनांमुळे आम्हा सर्व

व्यापाऱ्यांची पांचावर धारण बसली आहे. प्रत्येक दुकानदाराचा 'सेल' निम्म्यानं खाली आला आहे. परिस्थिती बिकट झाली आहे. हे असं किती दिवस चालणार आहे समजत नाही. राजाभाऊंना जाऊन आज एक आठवडा झालाय्. त्या दिवशी मी त्याला मुद्दाम सांगितलं, "हे सर्व हायर लेव्हलला व्हायला हवं म्हणून. अजून त्यांच्याकडून काही हालचाल झालेली दिसत नाही.

"हरीभाऊ, आहात काय? बातमी ऐकलीत ना?" सदू दुकानात येत म्हणाला.

"नाही. कसली बातमी?"

"आपल्या गावात फॅशन शो — फॅशन परेड — होणार आहे."

"शक्यच नाही."

"काय शक्य नाही? आत्ताच मी चौकात बोर्ड वाचला."

"आणि आपले पोलीसपाटील?"

"खरी गंमत तर तिथंच आहे. फॅशन परेडचं उद्घाटन स्वत: तेच करणार आहेत."

"काय म्हणतोस काय?"

"हे तर काहीच नाही. गावातल्या सगळ्या महिलांचा मेळावा भरवून त्यांच्यातर्फे नाटक बसविण्याची पण एक योजना आहे. त्याशिवाय फॅन्सी ड्रेस कॉम्पिटिशन, सायकल रेस—भव्य कार्यक्रम आहेत. एक सप्ताहच साजरा होणार. तुमचा भाव आता वाढणार. स्नो, पावडर, लिपस्टिक, सगळा स्टॉक आतां काउंटरवरच ठेवा काढून."

"अरे पण सद्या, हे कसं काय झालं?"

सदुभाऊ डोळे मिचकावीत म्हणाला,

"ते तुम्हा-आम्हाला कसं कळणार? मालक, अहो मालक, ह्या सर्व हायर लेव्हलच्या गोष्टी. तुम्ही-आम्ही पावडर, स्नो विकणारे. आपल्याला काय कळणार त्यात?"

—ही सनसनाटी बातमी सांगायला सदू पुढच्या दुकानात धावत गेला आणि मी हतबुद्ध होऊन पहात राहिलो.

✦

अवघ्या आठ दिवसांत गावाची कळा कळ दाबल्याप्रमाणे बदलली आहे. चौकातल्या पाट्या वाचून अनेकांना आपले डोळे तर बिघडले नाहीत ना, अशी शंका आली. पोलीसपाटील ह्यांची प्रकृती बरी आहे ना? असा प्रश्न तर प्रत्येकजण एकमेकाला विचारीत होता. चौकाचौकांत पाट्या लावूनसुद्धा जनतेमध्ये विश्वास निर्माण होईना. स्पर्धेसाठी कुणी नावच नोंदवेना. शेवटी

गावातून मोटार फिरू लागली. त्यात स्त्रीपोलीसही हिंडू लागले. जनतेत विश्वास निर्माण व्हावा म्हणून स्त्रीपोलीस गणवेषात न हिंडता खाजगी कपड्यात वावरू लागल्या. तरीदेखील लोक जरा शंकेतच होते. शेवटी चौकाचौकात एक स्त्रीपोलीस व एक पोलीस असे जोडी-जोडीने रहदारीचे नियंत्रण करू लागले. दुकानांतून खरेदीसाठी स्त्रीपोलीस येऊ लागले. एवढं जेव्हा झालं तेव्हा लोकांची घबराट व त्यांच्या मनावर झालेले परिणाम कमी होऊ लागले.

पुन्हा स्त्री-पुरुष हिंडू लागले. एकमेकांना भेटू लागले. अपॉइंटमेन्ट्स देऊ लागले. रस्त्यावर रंगीबेरंगी कपडे दिसू लागले. गावात पुन्हा चैतन्याचा साक्षात्कार होऊ लागला.

अवघ्या तीन आठवड्यांनी परतलेल्या राजाभाऊंना ऑर्डर्समागे ऑर्डर्स उतरवून घेताना दम लागू लागला.

ऑफकोर्स—आमचा सेल वाढला.

हायर लेव्हल—ह्या दोन शब्दांची किमया और होती हेच खरं!

—आणि ह्या सर्वांवर कळस म्हणजे, चंद्रशेखर ह्यांना जी अटक झाली होती तिकडं कुणाचंच लक्ष नव्हतं. चौकशीविना त्यांना अडकवून महिन्यावर दिवस लोटले होते.

पण नाही—पोलीसपाटील लवकरच जागे झाले आणि चंद्रशेखरांना सोडून देण्याचा हुकूम देण्यात आला.

सदू एकदम धावत आला.

"मालक, मालक, बातमी ऐकलीत कां?"

"कोणती?"

"पोलीसपाटलांनी मोटार घेतली म्हणे विकत."

"काय सांगतोस? एवढा पैसा कोठून आणला?"

"मालक, ह्या हायर लेव्हलच्या गोष्टी, आपल्याला कशा कळणार?"

"खरं आहे."

"आणि आणखीन एक बातमी ऐकलीत का?"

"कोणती?"

"चंद्रशेखरांना पुन्हा अटक झाली."

"काय सांगतोस काय?"

"खरं तेच सांगतो?"

"पण त्यांच्यावर आरोप तरी काय?"

"सांगतो. कैदेतून सुटल्यावर ते चालत चालतच येत होते. त्यांचा चेहरा फार उद्विग्न दिसत होता. सगळ्या जगावरचा विश्वास उडाल्याप्रमाणे ते दिसत होते.

आजुबाजूच्या धावपळीकडे त्यांचं लक्षच नव्हतं आणि तेच त्यांचं चुकलं. पोलीसपाटलांनी अटक करताना सांगितलं,

''एवढ्या रंगीबेरंगी गावात एवढा रुक्ष माणूस नको. जो कुणाला डोळा मारीत नाही — ज्याला साधी शिट्टीही मारावीशी वाटत नाही — असा प्राणी तुरुंगातच बरा.''

—मी दिङ्मुढ होऊन पहात राहिलो. आपली तर्जनी माझ्या पोटात खुपसत सद्या म्हणाला,

''मालक, विचार कसला करताय? ही 'हायर लेव्हल.' आपण आपली स्नो-पावडर विकणारी माणसं. खरं की नाही?''

✦

बॅग

बँकेच्या काउंटरवर माधवनं हातातली बॅग उपडी केली आणि त्याच वेळेला कॅशियर खन्ना, बँकमॅनेजर तळपदे आणि तिथला पट्टेवाला रामू, सगळेजण खो खो हसायला लागले. खन्नाला तर हसणं अनावर होऊन त्याच्या पोटातून कळा येऊ लागल्या. तो वेडावाकडा विव्हळू लागला.
—ह्या सर्व प्रकारात काहीही गैर नव्हतं.
—कारण?—
उपड्या केलेल्या बॅगेतून, नोटांची पुडकी पडायच्याऐवजी प्लॅस्टिकचे तुकडे, एक मोडका बाजा, रंगीबेरंगी पाकिटे, सिगारेटच्या चांदीचे तुकडे आणि ढिगारभर जमवलेली रेल्वेची तिकिटे एवढा ऐवज बाहेर पडला.
हा प्रकार आज पाचव्यांदा घडत होता.

पहिल्या वेळी जेव्हा हा प्रकार घडला तेव्हा सर्वांच्या अगोदर माधव स्वत:च मोठ्यांदा हसला होता; आणि म्हणाला होता,
"मंडळी सॉरी, चुकून मी आमच्या चिरंजिवांची बॅग घेऊन आलो."
त्यानंतर त्याच पावली तो घरी परतला होता व मोठ्यांदा हसत माधवीला म्हणाला होता,
"ए, पाहिलंस का, काय झालं ते?"
—माधवी बाहेरच्या खोलीत येत म्हणाली होती, 'काय?'
"अग, चुकून मी पिट्टूची बॅग घेऊन गेलो."
"कमालच झाली तुमची!"
"त्याला आता काय करणार? तू पिट्टूसाठी बॅग घेतलीस तेव्हाच मी म्हणालो होतो माझ्या बॅगेसारखी बॅग घेऊ नकोस म्हणून."
"छान, तुमची बॅग पाहूनच पिट्टूनं हट्ट घेतला की तसलीच बॅग हवी म्हणून."
"बरं बरं, ते राहू दे. माझी बॅग दे आता."
—त्यानंतर स्वत:ची नोटा भरलेली बॅग घेऊन तो पुन्हा बँकेत गेला होता.
त्यानंतर दुसऱ्या दिवशी तो जेव्हा पुन्हा बँकेत गेला होता तेव्हा बॅग उघडण्यापूर्वीच तळपदे हसत म्हणाले होते,
"आज तुमचीच बॅग आणलीत ना?"

''ऑफकोर्स, रोज रोज ती चूक कशी काय होईल?'' — माधवनं रुबाबात उत्तर दिलं आणि बॅग उलटी केली. आणि पुन्हा जेव्हा नोटांच्या पुडक्यांऐवजी पिट्टूची नाना तऱ्हेची खेळणीच त्यातून बाहेर पडली तेव्हा तोंड कुठं लपवावं, असा माधवला प्रश्न पडला.

पुन्हा घरी धाव घेणं ओघानंच आलं! मग मात्र त्याचं आणि माधवीचं भांडण झालं होतं. पुन्हा हा प्रकार घडला तर आपण पिट्टूची बॅग सरळ फेकून देणार अशी घोषणा करीत तो पुन्हा बँकेत गेला होता.

त्यानंतर दोन वेळा हा प्रकार घडला. परत घरी जावं. माधवीबरोबर जास्त प्रमाणात भांडणं आणि मग पिट्टूलाही शिक्षा करणं. अशी प्रत्येक प्रसंगाच्या वेळी सुधारणा होत गेली.

पण आज मात्र कहर झाला होता. कारण, घरून निघताना माधवनं, आपण आपलीच बॅग घेतली ना त्याची खात्री करून घेतली होती.

मग असं कसं झालं? अरे हो, काहीतरी विचारण्यासाठी माधवीनं हाक मारली तेव्हा आपण आत गेलो होतो; म्हणजे मग तेवढ्या वेळात पिट्टूनं मुद्दाम बॅगेची अदलाबदल केली असणार. होय, नक्कीच! त्याशिवाय असं होणं शक्य नाही. बँकेतल्या लोकांच्या थट्टामस्करीचा मनातून निषेध करीत व पिट्टूला लाखोली मोजीत माधव बँकेतून बाहेर पडला. आता घरी जाऊन परत बँकेत यायचं, पैसे भरायचे आणि मग दुकानावर जायचं म्हणजे उशीर होणार. त्याशिवाय पायपीट आणि वर बँकेतल्या लोकांची चेष्टामस्करी!

—माधवला घरी परतलेला पाहून माधवी काय समजायचं ते समजली. आता हा प्राणी तुफान भडकणार हेही तिनं ओळखलं; व मनातल्या मनात ती त्याच्या हल्ल्याला कसं तोंड द्यायचं, ह्याचा विचार करू लागली.

''कुठाय तो कारटा?''— माधव पायऱ्या चढता चढताच किंचाळला.

''एवढ्यात खेळायला गेला.''

''त्याची ती बॅग आण. जाळून टाकतो. काय हा रोजचा वैताग?''

''हे काय पण तुमचं बोलणं?''

''माझंच बोलणं चमत्कारिक?''

''तसं नाही हो, पण जाण्यापूर्वी बॅग तपासली होतीत ना?''

''ती पिट्टूनं आज मुद्दाम बदलली. हा काय चावटपणा आहे? तीन ते चार हजार रुपये आहेत ह्या बॅगेत. पैशाशी कसला आलाय खेळ? एक दिवस गळफास लावाल माझ्या गळ्याला.''

''काहीतरी काय बोलता?''

''मग दुसरं काय म्हणू? त्याला तसली बॅग का आणून दिलीस?''

''ते तुम्हालाही माहीत आहे. तुमच्यासारखीच बॅग मिळावी म्हणून त्याने काय काय प्रकार केले ते तुम्हाला माहीत आहेत.''

— माधव खूप वेळ भांडत बसला असता, पण तेवढ्यात घड्याळात दहाचे टोले पडले. माधव भानावर आला. भांडण जास्त न वाढवता तो म्हणाला, 'माझी बॅग दे.' कपाटातून बॅग काढून माधवीनं ती बॅग माधवच्या ताब्यात दिली.

''बॅग कपाटात कशी?''

''तुम्ही कामावर गेल्यावर मी बॅग पाहिली होती व लगेच ताब्यात घेतली होती.''

''आणि किल्ली कुणी दिली?''

''पिट्टूच्या व तुमच्या बॅगेच्या किल्ल्याही सारख्याच आहेत.''

''छान, छान, मला आता ही कॅशियरची नोकरीच सोडली पाहिजे. फार पोरखेळ व्हायला लागला आहे.''

—माधव बॅग घेऊन ताड्ताड् निघाला. आता दुकानात जायला उशीर होणार होता. तसं त्याला कोणी काही बोलणार नव्हतं. कारण रात्री कितीही वाजले तरी हिशोब पुरे झाल्याशिवाय त्याला दुकान सोडता येत नसे. सगळा हिशोब पुरा करायचा, कॅश मोजायची, ती बॅगेत भरायची. मालक मग त्याला त्यांच्या मोटारीतून घरापर्यंत सोडायचे. दुसऱ्या दिवशी बँकेत कॅश जमा करायची व दुकानावर जायचं हा नित्यनेम. काही दिवसांपूर्वी दुकानाच्या ह्या कामासाठी माधवनं नवी बॅग घेतली आणि ती बॅग पाहूनच पिट्टूनं तशीच बॅग मिळवण्यासाठी आकाशपाताळ एक केलं होतं. माधवीनं पिट्टूची बाजू घेतली आणि अगदी माधवच्या बॅगेसारखीच दुसरी बॅग घरात आली. त्यानंतर हे अदलाबदलीचे घोटाळे सुरू झाले. पहिल्यांदा झालेली नजरचूक होती; पण आज पिट्टूने हा घोटाळा मुद्दाम केला होता. केवळ तकदीर म्हणून माधवीनं बॅग तपासली होती व नीट ठेवली होती, नाहीतर चार-पाच हजारांना फटका होता. बँकेत कॅशभरण्याची काहीतरी निराळी व्यवस्था करावी म्हणून माधवनं मालकांना एकदोनदा सांगितलं होतं. पण त्यातल्या त्यात हाच मार्ग मालकांना बरा वाटला होता. पण आज मालकांना पुन्हा काहीतरी निराळी व्यवस्था करायला सांगितलीच पाहिजे असा विचार करीत माधव दुकानात आला. त्याप्रमाणे त्याने मालकांपाशी विषय काढला. 'आणखीन काही दिवसांनी पाहू' एवढंच बोलून मालकांनी तो विषय वाढवला नाही.

—आज पिट्टू अगदी गप्प गप्प होता. त्याच्या नेहमीच्या गोष्टी आज बंद पडल्या होत्या. तोंडाची चालणारी अखंड टकळी आज शांत होती. मस्तीही कमी होती.

थोड्याच वेळापूर्वी बॅग प्रकरणावरून माधवनं त्याला जाम पिटला होता व त्यामुळेच तो कोपऱ्यात बसून आपल्या वडिलांची कशी जिरवावी, ह्या विचारात पडला होता.
घरातून बाहेर पडल्यावर माधवनं झपाझप चालायला सुरुवात केली. आज दुकानात लवकर जायचं होतं. बॅग पण नेहमीपेक्षा जास्त भरली होती. हो, किती बरं? — नगद सहा हजार, आठशे सात रुपये बॅगेत होते.
माधव नेहमीच्या कोपऱ्यावर वळला आणि त्याच्याजवळ एक टॅक्सी येऊन उभी राहिली. टॅक्सीतल्या रुबाबदार व्यक्तीनं माधवला थांबवीत विचारलं,
"हा पत्ता कोणता हो? —हा प्रश्न विचारतानाच त्या गृहस्थानं खिशातली डायरी उघडून माधवसमोर धरली. पत्ता वाचण्यासाठी माधव पुढे झाला आणि त्याचक्षणी त्याच्या नाकातोंडावर एक रुमाल दाबून धरण्यात आला. कसलातरी उग्र दर्प त्याच्या नाकातून घशापर्यंत आणि मेंदूपर्यंत गेला आणि काय घडतंय् हे समजायच्या आतच त्याची शुद्ध गेली.

माधव जेव्हा शुद्धीवर आला तेव्हा आपण आपल्याच घरात पलंगावर पडून आहोत हे त्याला समजलं. आजुबाजूला माणसंच माणसं उभी होती. माधवी त्याच्याजवळ हुंदके देत बसली होती. माधवला हळूहळू एक-एक प्रकार आठवू लागला. तो पुटपुटला—
'बॅग...पैसे...टॅक्सी...'
कोणीतरी त्याच्या कानाशी लागून म्हणालं, 'काळजी करू नका पोलीसात खबर व्यवस्थित दिली आहे. दुकानावर पण निरोप पाठवला होता. तुमचे मालक एवढा वेळ इथेच होते.'
—ग्लानी येऊन माधव पुन्हा पडून राहिला.

संध्याकाळी माधव अगदी पूर्ववत् झाला. मालक त्याला भेटले.
"तुमची काही चूक नाही. कसलीही काळजी करू नका. तुमच्या जीवापेक्षा पाच-सहा हजार जास्त नाहीत." — ह्या शब्दात मालकांनी समजूत घातल्यावर माधवचं अंत:करण कृतज्ञतेनं भरून आलं.
सगळी भेटायला आलेली मंडळी गेल्यावर माधवनं विचारलं,
"पिट्टू कुठाय ग?"
"त्याला सकाळीच मावशीकडे पाठवलं होतं तुम्ही गेल्याबरोब्बर!"
हे माधवीचं वाक्य पुरं व्हायच्या आतच दारातून पिट्टूची हाक कानावर आली. आल्याबरोबर त्यानं माधवीच्या गळ्याला घट्ट मिठी मारली. माधवनं त्याला

जवळ बोलावलं तेव्हा भीतभीतच त्याच्याजवळ गेला. त्याला पोटाशी धरत माधव म्हणाला,

''पिट्ट्या, आज तुला फार मारलं. तू जर आज बॅग बदलली असतीस तर मी मोठ्या संकटातून वाचलो असतो.''

—हे म्हणताच, माधवापासून दूर होत पिट्टू — डोळे विस्फारून माधवकडे पहातच राहिला. आपले वडील खरं बोलतात का चेष्टा करतात हेच त्याला कळेना.

''म्हणजे पप्पा. तुम्हाला कळलंच नाही?'' त्यानं विचारलं.

ह्या प्रश्नासरशी माधव ताडकन् पलंगावरून उठून बसला. त्याच वेळी वडील पुन्हा आपल्याला मारतील ह्या भीतीनं पिट्टू आधी मागे लपला. माधव किंचाळत म्हणाला,

''तू आज पण बॅग बदलली होतीस?''

'पिट्टूनं भीत भीत 'हो' म्हटलं. त्यासरशी पिट्टूला उचलून घेत माधव गरगरा स्वत:भोवती फिरत राहिला. माधवी पण पिट्टूच्या खेळण्याकडे धावत गेली. तिथली बॅग तिनं आणली आणि खरोखरच, थरथरत्या हातानं बॅग उघडून पाहतात तो, बॅग नोटांनी गच्च भरलेली!

एका हातात बॅग आणि एका हातात पिट्टू अशा थाटात माधव घरभर नाचला. त्याचा हा आनंदोत्सव चालू असतानाच पोलीस इन्स्पेक्टर कांबळे आल्याचं माधवीनं सांगितलं, त्यासरशी आता त्यांना तोंड कसं काय दाखवायचं हा माधवला प्रश्न पडला. पोलीस खात्याला जर बॅग सापडली असेलच तर आपली पुन्हा एकवार चेष्टा आणि टिंगल होणार. माधवच्या मनातले हे विचार पूर्ण व्हायच्या आतच कांबळे बाहेरून म्हणाले,

''माधवराव, सापडली तुमची बॅग.''

माधव बाहेर आला. कांबळ्यांना आता काय सांगायचं ह्या विचारापायी तो हवालदील झाला. पण, माधव बोलायला सुरुवात करीपर्यंत कांबळ्यांना धीर नव्हता. काही तासांच्या अवधीतच त्यांनी गुन्हेगार पकडला होता. त्याला बेदम चोप दिल्यावर त्याने गुन्हा कबूल केला होता. एवढं नव्हे, तर त्याने संकेतस्थळी जाऊन मुद्देमालही कांबळ्यांच्या हाती दिला होता.

एवढा विजय संपादन केल्यावर कांबळ्यांनी गप्प का बसावं? माधव समोर बॅग टाकीत ते म्हणाले,

''मुद्देमाल तपासून घ्या. इकडची काडी तिकडे झालेली नाही.''

माधवने कचरत कचरत बॅग उघडली. पहातो तो ती नोटांनी गच्च भरलेली. कांबळे फुशारकीनं म्हणाले,

''मोजून घ्या. बरोबर सहा हजार रुपये आहेत स्टेटमेंट दिल्याप्रमाणे!''

✦

मामा

देवीदास गणपुलेनं ऑफिसात पहिल्या दिवशी प्रवेश करताच बत्तीस दुणे चौसष्ट डोळ्यांची आपापसांत नेत्रपल्लवी झाली. एकमेकांशी न बोलताच सर्वांनी देवीदास गणपुलेचं बारसं केलं आणि त्याला नवीन नाव ठेवलं—

'मामा गणपुले!'

डोक्यावर पस्तीशी उलटायच्या आतच पडू लागलेलं टक्कल, ओठावर ठेवलेली मिसरूड चेहऱ्याला न शोभणारी, वर्ण अफाट गोरा — त्यामुळेच सगळ्या चेहऱ्यावर तरतरीतपणाचा अभाव आणि डोळ्याला घसघशीत चष्मा — अशी ती मूर्ती जेव्हा काळपट रंगाची पँट आणि वर, वडील भावाचा वाटेल एवढा डगळ मॅनिला घालून आपल्या जाग्यावर बसली, तेव्हा ते कारकून मनात समजले, की आता करमणूकीला तोटा नाही.

नवीनच कामावर लागलेल्या माणसाचा आठवड्याच्या आत खुळखुळा करून टाकण्यात तरबेज असलेले बापट पुढं सरसावले.

"गुड मॉर्निंग मिस्टर गणपुले—"

"गुड मॉर्निंग—" गणपुलेनं जरा बिचकून प्रत्युत्तर दिलं. एवढ्या माणसात हा एकटाच माणूस पुढं का आला, ह्याचा त्यांनी क्षणभर विचार केला.

"तुम्हाला फॅन हवा का?"— बापटांनी दुसरा प्रश्न केला.

आपण 'हो' म्हणालो तर बापट बहुतेक सीलिंग फॅन चालू करतील, ह्या अंदाजानं गणपुलेंनी वर पाहिलं. त्यावर बापट लगबगीनं म्हणाले,

"सीलिंग फॅन नाही; नेमका तुमच्या ह्या टेबलाला. तुम्ही असं करा, जोगळेकर सध्या रजेवर आहे. त्याला स्वतंत्र टेबलफॅन आहे. तो तुमच्या टेबलावर मागवून घ्या."

"थँक यू व्हेरी मच."

—पण बापटांना धीर नव्हता. त्यांनी गोपाळला हाक मारून सांगितलं.

"ह्या नव्या साहेबांना तो जोगळेकरांचा फॅन हवाय्. तेवढा आणून दे."

बापटांनी डोळे मिचकावताना गोपाळनं पाहिलं आणि मग त्यानं दोन-तीन मिनिटात फॅन गणपुलेंच्या टेबलावर आणून ठेवला. गणपुलेंनी पुन्हा एकवार बापटांचे आभार मानले. बापट जाग्यावर येऊन बसले; आणि बाकीचे लोक जोगळेकरची वाट पहात बसले. जोगळेकर रजेवर असल्याची बापटांनी थाप मारली होती. जोगळेकर नंबर एकचा तापट प्राणी होता. त्याला बाकीचे लोक,

'नॉट टूबी लूज शंटेड'चा डबा म्हणत. आपल्या टेबलावरचा फॅन हलवलेला पाहून त्याची व गणपुलेची पहिल्याच दिवशी जुंपेल, ह्यात संदेह नव्हता. पण, बापटांचा हा पहिलाच पेच कुचकामी ठरला, कारण त्या दिवशी जोगळेकर खरोखरच आला नाही.

दुसऱ्या दिवशी योगायोग असा की सर्वांच्या अगोदर जोगळेकरच ऑफिसात आला. पंख्याची जागा बदलेली पाहून तो थबकून उभा राहिला. 'हे धाडस कुणाचं?' त्यानं स्वत:लाच प्रश्न केला. मग त्यानं टेबलाकडे नीट पाहिलं. 'अरे हो, ह्या जाग्यावर कोणी तरी नवीन असामी आलेली असणार. पुढचा सगळा डाव त्याच्या लक्षात आला. 'ठीक आहे.' एवढं बोलून तो गप्प बसला. ऑफिस सुरू झालं. जोगळेकर शांतपणे काम करत राहिला आणि मग जोगळेकर आणखीन गणपुले हे दोघं सोडून बाकी सर्व अस्वस्थ झाले. जोगळेकरची आणखीन् गणपुलेंची जुंपायला हवी होती आणि जोगळेकर मात्र शांत होता. अर्धा पाऊण तास गेला आणि मग गणपुलेनं गोपाळला हाक मारली.
''काल फॅन कुणाचा आणलास?''
गोपळनं नुसती खूण केली. गणपुलेनं तो फॅन पुन्हा पहिल्या जाग्यावर ठेवायला गोपाळला सांगितलं.
तो दिवस तसाच गेला.

दुसऱ्या दिवशी गणपुले ऑफिसात येताच त्याच्या टेबलवर टाईप करून ठेवलेला एक कागद त्याला दिसला. ऑफिसातल्या एकूण एक कारकुनांना कामावर येण्यासाठी युनिफॉर्म वापरावा लागेल व त्यासाठी खाकी गॅबर्डीन-दोन पॅंटस् आणि दोन कोटांना पुरेल इतकं कापड प्रत्येकानं विकत घ्यावं, कंपनीचा शिंपी मापं घ्यायला येईल आणि शिलाईचा खर्च ऑफिस करील, अशा अर्थाचं ते सर्क्युलर होतं. शेवटी साहेबांची ऐटबाज सही होती.
—ही एक खास युक्ती साठेची होती; त्याच्या तल्लख मेंदूतून निघालेली! — सर्वांनी त्या कागदावर सह्या करण्याचं नाटक केलं; आणि मग चर्चा सुरू झाली. 'आता खर्च आला,' 'आपण काय हमाल आहोत का?' — अशा तऱ्हेची कुरबूर सुरू झाली. 'आपण सरळ ह्या पद्धतीविरुद्ध रिप्रेझेन्टेशन करणार' — अशी बंडाची भाषा काहींनी सुरू केली; पण दुपारी जेव्हा एका हातात सगळ्यांच्या नावाची यादी आणि एका हातात टेप घेऊन एक गृहस्थ आला, तेव्हा नावाप्रमाणे सर्वांनी आपली मापं दिली. 'लवकरात लवकर कापडं घेऊन या' — असं सांगून टेलर निघून गेला.

दुसऱ्या दिवशी सुमारे दहा ते बारा वारांचं भलं मोठं पुडकं घेऊन गणपुले ऑफिसात आला. त्याच्याभोवती सर्वांनी कडं गेलं. भावाची चौकशी झाली. कापडाची क्वालिटी पारखून झाली, कोणत्या दुकानातून खरेदी केली, ह्याची विचारणा झाली. 'आपणही त्याच दुकानातून कापड घेणार' अशी आश्वासनं न मागता देण्यात आली आणि मग जो तो जाग्यावर गेला. त्यानंतर कापडाचा विषय निघाला नाही आणि मापं घेऊन गेलेला शिंपी पण कधी परत आला नाही.

गणपुलेनं शिंप्याची अधूनमधून चौकशी चालू ठेवली होती.

त्यानंतर निघाला ट्रिपचा विषय!

सगळ्यांनी चर्चेत हिरीरीनं भाग घेतला. तीन ते चार दिवस ट्रीपवर चर्चा करण्यात गेले. कुठं जायचं?— हाच वादविवाद आख्खा दिवस चालला होता. 'नॅशनल पार्क' सर्वानुमते नक्की करण्यात आलं. मग प्रत्येकानं काय काय आणायचं, ह्याची चर्चा झाली.

गणपुलेनं बत्तीसजणांना पुरेल एवढा ब्रिटानिया पाव आणि लोणी आणायचं ठरलं. ठरलेल्या दिवशी दोन प्रचंड आकाराच्या पिशव्या — पिशव्या कसल्या, पोतीच म्हणायला हवीत — घेऊन गणपुले नॅशनल पार्कमध्ये हजर झाला. तत्पूर्वी त्याने सगळ्यांची स्टेशनवर वाट पाहिली; पण तिथं कोणी भेटलं नाही, तेव्हा चुकामूक झाली असेल अशी समजूत करून घेत तो नॅशनल पार्कपर्यंत गेला. आणि सर्वांची वाट पाहून पाहून परतला.

दुसऱ्या दिवशी ऑफिसात सर्वांनी मिळून गोपाळवर शिव्यांचा भडिमार केला. गोपाळबरोबर त्यांनी गणपुलेला ट्रिप रहित झाल्याचा निरोप पाठवला होता. तो म्हणे गोपाळनं गणपुलेला पोहोचवला नव्हता.

त्याच्या दुसऱ्या दिवशी गणपुले ऑफिसात आला नाही. तो का आला नसेल ह्यावर चर्चा झाली. कोणी म्हणालं, तो घरी ब्रिटानिया पाव खात बसला असेल. तिसऱ्या दिवशी गणपुले ऑफिसात आला त्या दिवशी नेमके साहेबच आले नव्हते. तासाभरानं एक टाईप केलेला मेमो गणपुलेच्या टेबलावर येऊन पडला. कामावर न सांगता गैरहजर राहिल्याबद्दल गणपुलेकडून साहेबांनी खुलासा मागितला होता. तो मेमो घेऊन गणपुले बापटांकडे गेला.

बापटांनी गंभीर चेहरा करून सांगितलं,

"तुमची नोकरी गेली नाही हेच नशीब समजा."

"पण एवढं चिडायचं कारण काय?"

"अहो, मग साहेबानं अधिकार केव्हा गाजवायचा? कुणावर गाजवायचा?—"
"मग आता मी काय करू. मला वाचवा."
"छे रे बाबा, तुम्हाला वाचवणं एवढं सोपं असतं तर काय हवं होतं?"
— तेवढ्यात सगळे जमले. मग प्रत्येकानं साहेबाच्या तऱ्हेवाईकपणाच्या
हकीगती तिखट-मीठ लावून सांगितल्या. सर्वांच्या मते एकच उपाय राहिला
होता. साहेबांना घरी जाऊन भेटायचं. ऑफिसातलं कोणी घरी येऊन भेटलं की
साहेबांना तो स्वत:चा रुबाब वाटतो, असं सर्वांनी सांगितलं.
साहेब अंबरनाथला राहात होते.

संध्याकाळी ऑफिस सुटल्यावर गणपुलेनं धावत पळत अंबरनाथ लोकल
पकडली आणि त्या नादात तो चुकून पहिल्या वर्गाच्या डब्यात शिरला.
अंबरनाथला पोहोचल्यावर गणपुलेला समजलं की साहेब चार दिवस बाहेरगावी
गेलेले आहेत. दुसऱ्या गाडीनं परत परळला येईपर्यंत गणपुलेला साडेदहा
वाजले रात्रीचे. मधे काहीतरी गाड्यांचा घोटाळा झाला होता.
दीनवाण्या मुद्रेनं गणपुलेनं ही हकीकत सर्वांना सांगितली.

आणि त्यानंतर गणपुलेनं ऑफिसला एक गोड धक्का दिला. सगळ्या
ऑफिसला त्यानं स्वत:च्या लग्नाच्या पत्रिका वाटल्या. सर्वांनी त्याचं वारंवार
अभिनंदन केलं आणि लग्न कोल्हापूरला होणार म्हणून खेद व्यक्त केला. लग्न
मुंबईत झालं असतं तर प्रत्येकजण घरातलं कार्य समजून राबणार होता.
आणि मग गणपुलेच्या लग्नासाठी आहेर म्हणून रक्कम गोळा करायला सुरुवात
झाली. सर्वसाधारण लग्नाला जेवढी रक्कम ठरवली जायची, त्यापेक्षा जास्त
रक्कम गोळा होणार होती. त्यासाठी यादी फिरवण्याची गरज नव्हती.
प्रत्येकजण अपराधी होता. प्रत्येकाच्या एकेका योजनांमुळे आजवर गणपुले
पुष्कळ बुडाला होता. आपण मर्यादेच्या बाहेर चेष्टा केली ह्याची प्रत्येकाला आता
खंत वाटत होती. आणि एवढं करून गणपुले कधीही चिडला नव्हता, कुणाशी
भांडला नव्हता. ह्या लोकांचा आजवरचा अनुभव निराळा होता. पंख्याचा पहिला
प्रयोग करताच जोगळेकरचं आणि नवागताचं भांडण जुंपायचं.
आता ह्या सगळ्या छळवादाची भरपाई म्हणून प्रत्येकजण जास्तीत जास्त मोठा
आकडा आहेराच्या रूपानं यादीत टाकणार होता.
आणि जिथे—तीस–बत्तीस लोकांचे जेमतेम शंभर रुपये जमायचे ते गणपुलेच्या
बाबतीत चांगले पावशेदोनशे रुपये जमले. ह्या सर्वांत नवलाची बाब, म्हणजे
खुद्द साहेबांनी पण कबूल केल्याप्रमाणे खरोखरच पैसे दिले. एरवी साहेबांचा

शिरस्ता म्हणजे फक्त सही करायची आणि पैसे चुकवत राहायचे. हाताखालचे लोक एकदोनदा मागण्याचा प्रयत्न करायचे आणि साहेब शेवटी टांगच मारणार, हे गृहित धरून गप्प बसायचे. पण ह्यावेळी साहेबांनी चटकन् पैसे दिले.
एक छोटासा चहापानाचा कार्यक्रम होऊन गणपुलेला थैली अर्पण करण्यात आली.

पंधरा दिवसांनी गणपुले परतला. ऑफिसात आल्याबरोबर त्याची सर्वांनी तुफान चेष्टामस्करी केली. विषय अर्थातच हनीमून. ज्या गोष्टी आपल्याला करायला मिळाल्या नाहीत त्या गणपुलेनं केल्या असतील असं गृहित धरून, गणपुलेची तशी मस्करी उडवताना, आपणच त्या गोष्टी करीत आहोत असं विचित्र समाधान प्रत्येकानं मिळवलं!
चेष्टामस्करीचा बहर संपल्यावर गणपुलेनं दोन गोष्टी जाहीर केल्या. एक म्हणजे राजीनामा आणि दुसरी म्हणजे सगळ्या स्टाफला जंगी पार्टी!
पार्टीला झाडून सगळे उपस्थित होते; आणि प्रत्येकजण एकमेकांकडे गोंधळून पाहू लागला. गणपुलेबरोबर त्याची सौ. तर होतीच; पण तिच्या कडेवर एक मुलगी होती आणि हाताशी एक सात वर्षांचा मुलगा होता. त्याहीपेक्षा महत्त्वाची गोष्ट म्हणजे त्या मुलाच्या पायात खाकी गॅबर्डीनची फुलपँट होती. नंतर सगळ्यांच्या लक्षात आलं की खुद्द गणपुलेचा सूटही खाकी गॅबर्डीनचा होता. एकमेकांना एकमेकांनी चिमटे घेतले, चुपचाप.
पार्टीला सुरुवात होण्यापूर्वी गणपुलेनं छोटसं भाषण केलं. तो म्हणाला,
"मित्रहो, तुम्ही सर्वजण आलात, आनंद वाटला. मी आता ओळख करून देतो. ही माझी सौ. मालती, ही छोकरी पुष्पा आणि मुलगा निशीकांत! — माझं लग्न होऊन बरोब्बर आजच दहा वर्षं झाली. हा आजचा दहावा वाढदिवस. — मी कोल्हापूरलाच असतो. तिथं माझा स्वत:चा छापखाना आहे. मुंबईत काही दिवस इतर व्यवसायाच्या कामासाठी आलो होतो. गंमत म्हणून नोकरी केली. तुमचे सर्वांचे साहेब हे माझे सख्खे मामा. ऑफिसातल्या तुमच्या एकेक लीला माझ्या कानावर होत्याच. त्याचा मी प्रत्यक्ष अनुभव घेतला. आता जास्त काय सांगू? खुलासा तुमच्यासाठी करतो, माझ्यासाठी नाही. खाकी गॅबर्डीनचं कापड मला छापखान्यात नेहमी लागतं. लग्नपत्रिका मी छापखान्यातूनच मागवल्या होत्या. ट्रिपसाठी नेलेले पंधरा रुपयांचे पाव मी तिथ हॉटेलवाल्याला विकून टाकले आणि त्या दिवशी माझे मामा — म्हणजेच तुमचे साहेब — आणि आम्ही सर्व, तिथं दिवसभर होतो. तुमच्या ह्या काहीशा क्रूर चेष्टामस्करीवर मी संतापलो

होतो, सगळं माहीत असूनही; पण त्या दिवशी अंबरनाथपर्यंत प्रवास केला. पहिल्या वर्गाचा दंड भरला. तुमच्यासारख्या लोकांचं हे जीवन मी जवळून पाहिलं. ह्या ओढग्रस्त जीवनात प्रत्येकजण किती पिचलेला आहे, हे जाणलं. तेव्हा काही ना काही करमणूक, तीही विनामूल्य—प्रत्येकाला कशी हवी असते, ह्याचा मला प्रत्यय आला. असा कुणाला 'मामा' करता आला तर तो प्रत्येकाला हवा असतो. असा 'मामा' बनलेला किंवा बनवलेला गृहस्थ हा सगळ्यांचा दिलासा असतो, विश्रांतिस्थान असतं; पण त्या विश्रांतिस्थानाची पण काही किंमत असते. तोही एक जीव असतो; तो जीव ह्या सर्व प्रकरणात विटून जाणार नाही हे पाहणं, ही जबाबदारी तुमची आहे. असो. तुमचे सर्वांचे मी आभार मानतो. आणि काही दिवस मला ऑफिसात काम करू दिल्याबद्दल मी माझ्याच मामांचे आभार मानतो.

◆

अशी बायको असा बॉस!

परमेश्वरानं जेव्हा पृथ्वी निर्माण केली तेव्हा म्हणे, 'पृथ्वीवर फक्त पुरुष होते. बाई नावालासुद्धा नव्हती!' *(किती सुखद कल्पना)*
नंतर म्हणे, एकट्या पुरुषाला करमेना. त्याला मग कुठंतरी गुंतवायचा म्हणून परमेश्वरानं 'स्त्री' निर्माण केली.
आणि हाय!
तेव्हापासून पुरुष जो गुंतलाय् तो— आजतागायत! वास्तविक, परमेश्वर पुरुषाच्याच जातीचा असल्यानं त्यानं ही नसती 'बला' आमच्यामागं लावायची नव्हती. त्याला स्वत:ला काही कमी अनुभव आले होते ह्या बाबतीत?—
द्रौपदी म्हणे एकदा दुर्योधनाला हसली, तेवढ्यावरून उद्भवलं महाभारत! स्वत: श्रीकृष्णाला वस्त्रं
पुरवण्याच्या कामगिरीपासून ते 'करी शस्त्र न धरी' हे स्वत:चं व्रत मोडेपर्यंत अनेक व्याप करावे लागले. प्रभू रामचंद्राला सोन्याच्या हरणापायी वनवासात डब्बल त्रास सहन करावा लागला. सोन्याच्या हरणाचा मोह — पारिजातकाचं तासाभरातच कोमेजणारं फूल ते काय आणि त्यावरून झालेलं वादळ ते केवढं?
बाकी, मी तुम्हाला पुराणातले दाखले कशाला देत बसू?— आता आमची मंदाच पहा ना.
मंदा म्हणजे वय वर्षे बावीस! उंची पूर्ण पाच फूट! स्वरूप?—पुछो मत! — अगदी 'कॉंक्रीट' उदाहरण द्यायचं झाल्यास —गळ्यातलं मंगळसूत्र पोलक्याआड लपवून ती जर रस्त्यावरून जाऊ लागली तर तुमच्यापैकी कोणीही तिच्यावर अजून 'लाईन' *(मंडळी, शब्द बरोबर आहे ना?)* मारल्याशिवाय राहाणार नाही. एवढंच कशाला, आम्ही दोघं जेव्हा फिरायला जातो तेव्हा लोकांच्या हपापलेल्या नजरा चुकवताना, दोस्त, आपल्या नाकात दम येतो. मंदाकडे किती माणसं पहातात हे पाहात राहाण्यातच आमचं फिरणं आटपतं. मारणाऱ्याचा हात धरता येतो पण बघत राहणाऱ्या लोकांचे डोळे थोडेच झाकता येतात? मंदाला जर बुरखा घ्यायला लावला तर लोक माझ्याकडे कोणत्या नजरेनं पहातील — हे सांगणे नलगे! थोडक्यात काय, सुंदर बायको म्हणजे जळती काडी!
आता ह्यावर 'रामबाण' उपाय आहे. मी मंदाला म्हणतो, 'आपण मोटारीतून जाऊ या.'

त्यावर ती ताडकन् म्हणते—

'मी नाही यायची मोटारीतून!'

चांगली बावीस हजाराची मोटार सेवेला तत्पर असते; पण मंदाला रस्त्यावरून आट्यापाट्या खेळत जायला आवडतं. आहे ना मजा?

तुम्हीच सांगा बरं — काय बिघडलं आता मोटार दिराची असली म्हणून?

आमचा दादा सालस आहे. ह्यावर मंदाचं — माझं दुमत आहे असं नाही, पण तरी ती म्हणते, 'भावजींच्या मोटारीतून जायचं ना? मग नकोच.'

ह्यातनं काय झालं? तर आमचं फिरणंच बंद झालं!

आता बोला!

तुम्ही काय बोलणार कपाळ म्हणा! मघाशी म्हणालो ना, पुरुष जो गुंतलाय् तो गुंतला म्हणून!

वास्तविक माझ्यासारख्या जीवाला परमेश्वरानं काही व्याप ठेवला नव्हता. खावं, प्यावं, वाचावं, फिरावं, झोपावं ह्या कार्यक्रमाचा कंटाळा आला तर फक्त क्रम बदलायचा. बाकी तपशील तोच.

पण हेच माझं सौख्य बायकोला बघवत नाही. तिचा एकच लकडा! मी नोकरी करावी. वास्तविक आम्हाला काय कमी आहे? चौदा खोल्यांची ही इमारत. त्यातल्या सहा खोल्यांचा ब्लॉक फक्त मंदाचा व माझा! (—तोंडाला पाणी सुटलं की नाही?) आमच्या दादाला गलेलठ्ठ पगाराची नोकरी आहे. महिना पगार फक्त तीन हजार रुपये (बिच्चारा.) —प्लस्—वापरायला मोटार. ह्या वैभवाबरोबरच दादाची व वहिनींची असलेली माझ्यावरची माया. नोकरीसाठी मी अर्ज खरडला तर वहिनींनी तो फाडून टाकावा. तर ती बातमी कानावर जाताच, माफी मागितल्याशिवाय दादानं अबोला सोडू नये अशी परिस्थिती.

वडीलभाऊ आणि वहिनी ह्यांच्या प्रेमाबाबत अनेकांनी आपल्या लेखण्या झिजवल्या आहेत. त्या सर्व साहित्यिकांनी माझ्या घरातलं वातावरण चोरलेलं आहे. त्याशिवाय एवढ्या

प्रेमाची 'द्वारका' त्यांना एका कल्पनेच्या 'खांबावर' उभी करता येणं शक्यच नाही. तर, काय सांगत होतो — दादावहिनींची माया. पण तेही राहू द्या.

दादावहिनींवर लिहायचं म्हणजे 'लघुकथा' हे माध्यम पुरणार नाही. त्याला कादंबरी हवी. आणि मला सांगायचं आहे ते मंदेबद्दल. बायको, पत्नी–भार्या– अर्धांगी–जोरू–याने–कलत्र!

—तुम्ही विचाराल की 'बायको' ह्या विषयाला तरी हे माध्यम पुरणार आहे का?

पुरणार नाही! —पण स्वभावातला एखादा किस्सा सांगण्यासाठी चिक्कार झाली लघुकथा! मी एवढ्यातच सांगितलं, वहिनी व दादा मला नोकरी करून देत

नाहीत. दादा म्हणतो, 'आपण घरात मोजून चार माणसं! मला पगार तीन हजार! शिल्लक टाकायची म्हटलं तरी किती टाकायची? तेव्हा तू निराळी नोकरी करून काय करणार? कर, आयुष्यात लुटता येईल तेवढी मजा लूट, आराम कर!'—आता अशा देवमाणसाला खात्रीनं एखादी महामाया भेटायची. 'दे माय धरणी ठाय' वाटायला लावणारी एखादी 'कडक बिजली' घरात यायची ह्या भोळ्या काळ्या मेघाच्या घरात. पण तिथंही प्रकार न्याराच! तिनंही आम्हाला सुनावलं, 'भावजी, तुमच्या वाट्याला आलेलं जीवन कुठल्याही पुण्यवंताला मागून मिळायचं नाही. नोकरीचा वगैरे विचार मनात आणाल तर इतर भावजयांप्रमाणे मी घरं फोडायला सुरुवात करीन.'

आम्ही समजून चुकलो — आमच्या नशिबात नोकरी नाही! आमच्या नशिबात नोकरी नव्हती पण छोकरी मात्र होती. तीही मंदेसारखी खुबसुरत! — आता ह्या लग्नाला जबाबदारदेखील वहिनीच. तिनं नुसतं लग्न जमवून नाही दिलं तर लग्नाच्या पहिल्या दिवशी माझ्यादेखत मंदाला दमदेखील दिला. तो असा— 'नवऱ्याच्या मागे नोकरीचं टुमणं लावशील तर घरातून हाकलून देईन. दीर-जावेच्या उपकाराखाली राहातो असं मनात आणशील तर उभ्या आयुष्यात तोंड पाहणार नाही. ईश्वरकृपेनं गडगंज मिळालंय्—सर्वजण मजेत राहू.'

काय मंडळी, अशा वहिनीची 'रेखा' आहे का कुणा लेखकाच्या साहित्यात?

मंदा यावर हरखून गेली. एवढंच नव्हे तर नंतर ज्या काही नातेवाईकांनी घरभेदीपणाचा प्रयत्न केला त्यांना तिनं सरळ ठणकावलं,

"ह्यांच्या *(म्हणजे अस्मादिक)* अंगांत पाणी नाही असं समजलात का तुम्ही? हे एम. ए. आहेत. त्याशिवाय पी. एच्. डी.चा अभ्यास करताहेत. *(लग्नानंतर जरा अभ्यासाचा गाडा फर्स्ट गिअरमध्येच चाललाय्, हे सोडा)* तेव्हा आम्ही आयतं बसून खात असलो तरी ते बेकार म्हणून खात नाही, समजलं?"

—ही अशी परिस्थिती होती. पण शेवटी मंदा म्हणायचीच, "तुम्ही करा हो नोकरी लहानशी. तुमच्या पैशाचा इथं कातदेखील विकत घ्यायला उपयोग होणार नाही, तरी गडे कराच नोकरी. मला आवडेल तुम्ही धावतपळत दहा वाजता घर सोडलेलं, संध्याकाळी उशिरा आलेलं. मी मग वाट पहायची, वेळेवर न आल्याबद्दल मी

मग रागवायचं, तुम्ही समजूत काढत म्हणायचं, 'अग पण मिटींग होती त्याला काय करू?'— मग मी अबोला धरत म्हणायचं, 'तुमचं नेहमीचंच आहे हे. तुम्हांला बायकोपेक्षा नोकरीच मोलाची.' आणि मग आपला हा अबोला रात्री झोपताना सुटायचा. केवढा चार्म आहे हा लाईफ्मध्ये! ते काही नाही. तुम्ही एखादी नोकरी बघाच!" मंदा असं काही बोलायला लागली म्हणजे कसलीतरी

शंका येऊन मी तिच्याकडे पहात रहायचा. 'लव' आणि 'कुश' ह्यांच्यावेळी सीतामाईला वनवासाचे डोहाळे लागले होते ना!—पण माझी 'नजर' ओळखून ती म्हणायची— 'तसं काही नाही हं—!' आणि एवढं बोलून ती मला कोणत्यातरी 'वॉन्टेड'च्या जाहिराती दाखवून अर्ज ठोकायला लावायची. अर्ज लिहून झाला रे झाला म्हणजे म्हणायची, 'आता पोष्टात टाकून या.' मी मग वामनला हाक मारायचो. त्यावर मंदा म्हणायची, 'ह्या बाबतीत नोकरांवर अवलंबून रहायचं नाही. अर्ज हरवला तर?'— मग मी म्हणायचो, 'मोटार येऊ दे. मग जातो' —त्यावर ती म्हणायची,
'नुसतं पोष्टात जायला तुम्हाला मोटार लागते, फार लाडावून गेलात. तुम्ही नोकरी कशी करणार मग?'—मंदाच्या बोलण्याचं शेवटचं सूत्र पकडीत मी म्हणायचो, 'तेच तर सांगतो, आपल्या नोकरी जमायची नाही.'
—तरी ती ऐकायची नाही. शेवटी मी बाहेर जायचा, कुठंतरी वेळ काढायचा, अर्ज सरळ फाडून टाकायचा आणि एखादी मस्त कादंबरी विकत घेऊन घरी यायचा.

अर्थातच अर्जाला उत्तर कधीच यायचं नाही.

पण एकदा आमचा घातवार उजाडला. खनपटीला बसून मंदानं अर्ज लिहवून घेतला. तो पोस्टात टाकण्यासाठी ती स्वत: बाहेर पडली. घातवार म्हणालो तो एवढ्याचसाठी की त्या अर्जाला नेमके इंटरव्ह्यूसाठी बोलावणे आले. घातवार नाहीतर काय? दादा-वहिनींनाही गोष्ट समजली तर जाग्यावर ठेवतील का आम्हाला?

तसा काही मी अगदी रिकामटेकडा नव्हतो. मस्तपैकी एम. ए.पर्यंत शिकलो होतो. खरं तर मंदानं मला पी. एच्. डी. होऊ द्यायचं. पण अभ्यासाचं नाव काढलं की म्हणायची, 'उगीच का जीवाला ताप करून घ्यायचा? आपल्याला काय कमी आहे?—' आणि गायन-वाचन, हिंडणं-फिरणं-गप्पा-मस्करी ह्यात दिवस जायला लागले की, 'नोकरी करा' —म्हणायचं!

इंटरव्ह्यूच्या दिवशी मी टांगच मारणार होतो. पण मंदा कसली खवट! तिनं मला मोटारीतून— (आता भावजींची मोटार चालली बरं का तिला!)— ऑफिसात नेऊन उभं केलं. ते ऑफिस पाहून मला वाटलं - कोकणच्या बोटीच्या तिकिटांचं ते ऑफिस आहे की काय! पण मग कळलं ही प्रचंड रांग इंटरव्ह्यूसाठी होती. मोटारीतून आपण गोंडस हात बाहेर काढून मंदानं 'बेस्ट ऑफ लक' म्हणत मला निरोप दिला. आणि बाकीची रांगेतली माणसं 'आला वशिल्याचा घोडा मोटारीतून' अशा अर्थानं माझ्याकडे नि अंगावरच्या सुटाच्या कापडाकडे पहात राहिले.

बरोबर आणलेली कादंबरी जवळजवळ संपत आली पण रांग संपण्याचंच काय, पण रेसभर पुढे सरकण्याचंही चिन्ह दिसेना. कंटाळून पुस्तक मिटलं आणि इकडे तिकडे पहात राहिलो. पाच-पाच मिनिटांच्या अंतरानं तीन-चार जांभयादेखील देऊन झाल्या. माझी अवस्था पाहून शेजारचा गृहस्थ म्हणतो— *(त्याच्या शेजारच्या गृहस्थाला)* 'पहिलटकरीण दिसत्यात.'—आजुबाजूला खसखस पिकली. माझं मोटारीतून येणं, मंदासारख्या गोंडस बायकोनं मोटारीतून हात बाहेर काढून निरोप देणं आणि माझा अंगावरचा भारी सूट, इत्यादी गोष्टींनी माझं नोकरीसाठी लाईनीत उभं राहणं हे आजुबाजूच्या लोकांना विकृत वाटत होतं. गव्हाणीतल्या कुत्र्याप्रमाणे ते मजकडे पहात होते. त्यातल्या त्यात प्राप्त परिस्थितीत विनोद निर्माण करून स्वत:ची करमणूक करू पहात होते. अशा एवढ्या सामान्य पण काहीशा अगतिक लोकांशी वैर करण्यात अर्थ नव्हता. म्हणूनच 'पहिलटकरीण' ह्या शब्दाला बुजून न जाता मीही मनापासून हसलो आणि त्या गृहस्थाकडे वळून म्हणालो, "— तुमचा अंदाज बरोबर आहे. तुमची कितवी खेप?"

माझा हा खिलाडूपणा अनपेक्षित होता. क्षणभर शेजारचा 'महात्मा' चपापला. पण लवकरच स्वत:ला सावरीत तो शेजारच्या गृहस्थाला म्हणाला, "वाशा, आपली ही कितवी खेप रे?"— त्यावर वाशा म्हणतो, "मी जेव्हा दिल्लीला होतो, तेव्हा तू ६८व्या वेळा अर्ज टाकणार होतास."

—वाशाचं हे उत्तर अगदी—म्हणजे—एका बाईनं दुसरीला सांगावं, 'दुर्गीच्या वेळेला मी जेव्हा हॉस्पिटलमध्ये होते, तेव्हा तुम्हाला 'तिसरा' संपत होता.' तसं होतं. तेवढ्यात माझ्याकडे पहात त्या गृहस्थानं उत्तर दिलं,

"माझी ही ६९वी खेप. आता इथं जर चान्स हुकला तर आम्हाला लग्न करायलाच नको."

"का बरं?"— मी विचारलं.

"आमच्या होऊ घातलेल्या सासऱ्यांनी परवाच ठणकावलं—'ही नोकरी मिळाली नाही तर माझ्या पोरीच्या प्रेमावर पाणी सोडा."

तेवढ्यात वाशा म्हणाला, "बेट्या, तुझं फक्त लग्नच होणार नाही; पण माझ्या डोळ्यासमोर माझ्या भावाची करियर आहे. त्याचं सगळं शिक्षण माझ्या नोकरीवरच अवलंबून आहे."

तेवढ्यात लाईनीतला तिसरा गृहस्थ म्हणाला, "माझ्या वडिलांनी प्राण काढून ठेवलेत कानात. परवा तर आम्ही आशाच सोडली होती. पाच दिवस बेशुद्ध होते. सहाव्या दिवशी शुद्धीवर आले व म्हणाले, 'तुला नोकरी लागल्याचं ऐकल्याशिवाय मरणार नाही मी नक्कीच!—'

— त्यांच्या ह्या कथा ऐकून मला गरगरायला लागलं. नोकरी! नोकरी!! केवढा हा भयंकर प्रकार! फट् म्हणता ब्रह्महत्त्या व्हायची. आपला नंबर लागायचा आणि मग आपण एवढ्या लोकांचे शिव्याशाप घ्यायचे. तेही जरुरी नसताना!

एक आफतच नोकरी म्हणजे! वेळेवर पोहोचायला हवं, वेळेवर काम व्हायला हवं. साहेबाला सांभाळायला हवं. तरी तो केव्हातरी अपमान करणार. आपल्याला तो सहन होणार नाही. मग आपण त्याचा अपमान करणार. मग बदली. परत दुसऱ्या साहेबाबरोबर तोच प्रकार. शेवटी कामावरून हक्कालपट्टी! पुन्हा नोकरीचा शोध. त्यापेक्षा नोकरीच केली नाही, तर नोकरी जाण्याची भीती कधीतरी काळीज पोखरेल काय? आपण पळून जावं! इंटरव्ह्यू गेला जहन्नममध्ये!

तेवढ्यात अचूक माझ्याच नावाचा पुकारा करीत पट्टेवाला रांग शोधीत आला. सगळ्यांच्या हेव्याच्या नजरा माझ्याकडे वळल्या. वास्तविक मलाही तो धक्काच होता. खाली मान घालून मी मुकाट पट्टेवाल्याबरोबर साहेबांच्या खोलीत गेलो. मी साहेबांसमोर बसलो.

मी पहात राहिलो. साहेब गालातल्या गालात हसत म्हणाले, 'तुमच्या बंधूंचा एवढ्यात फोन आला होता. त्यांनी सांगितलंय तुमच्याबद्दल. तुमचं काम झालंय असं समजा. मला फक्त तुम्हाला पाहायचं होतं. तुम्ही एम. ए. आहात ना?''

''होय. आणि पी. एच. डी. करायच्या विचारात आहे.''

''अरे, मग नोकरी सांभाळून कसं काय जमणार?''

''हो ...खरं म्हणजे ...''—मी चाचरत सांगू लागलो. ... ''मला नोकरीची—गरज नाही.''

''तुमचे ब्रदर मला फोनवरून हेच सांगत होते. तुम्ही नोकरी करावी हे त्यांना पसंत नाही.''

मी अभावितपणे बोलून गेलो, ''हो.''

''अरे, मग कशाला—तसदी घेतलीत?'' साहेबानं विचारलं.

''अं–अं–माझ्या बायकोला वाटतं मी ऑफिसला जावं—''

''आणि काय करावं?''

''दमावं—आणि तिनं माझी काळजी करावी.''

मी मग बोलत सुटलो. साहेब हसत राहिले. मी बोलत होतो नि ते ऐकत राहिले. शेवटी ते म्हणाले, ''तुम्ही असं करा. माझी पलीकडे खोली आहे. तिथं १०॥ च्या ठोक्याला यायचं, ५॥ ला जायचं. पी. डी. एच्.चा अभ्यास करायचा. आराम करायचा. बँक हॉलिडेला—रविवारीदेखील वाटलं तर जादा

कामाच्या सबबीखाली इथं येऊन बसायचं. तुमच्या बायकोला काळजी करायला हवीय ना? करू दे काळजी. ऑफिसच्या कामाचा अतिरेक झाला की तीच तुम्हाला सांगेल, 'एवढ्या उलट्या काळजाचा साहेब आहे तर लाथ मारा. एक तारखेला भावाकडून पैसे घ्यायचे आणि पगार म्हणून द्यायचा बायकोच्या हातात! कसं काय?''

मी पहातच राहिलो!

''बघताय काय? से येस्!''

''पण साहेब...''

''पण बीण काही नाही. जा आत्ताच! त्या आतल्या खोलीत.''

खुर्ची सरकवून मी उठलो. मनाशी म्हणालो, 'छे छे, ह्या जगात बॉस आणि बायको...''

टेबलावरच्या घंटीवर हात मारीत साहेब म्हणाले, ''नेक्स्ट.''

ओळख

ऑफिस सुटलं होतं. बाहेरच्या हॉलमधली सगळी माणसं केव्हाच बाहेर पडली असणार, हे लोणकरांनी ओळखलं. वास्तविक आज त्यांनी पण लवकर जायला हरकत नव्हती. हरकत नव्हती म्हणण्यापेक्षाही त्यांनी लवकर जायलाच हवं होतं. मीना एव्हाना तयारी करून त्यांची वाट पहात असणार. कालच तिनं त्यांना बजावलं होतं दहा दहा वेळा लवकर येण्याबाबत. ती एवढंही म्हणाली होती, ''दहा मिनिटांपेक्षा मी तुमची जास्त वाट पहाणार नाही.''— त्यावर लोणकरांनी म्हटलं होतं, ''बेटा, उद्या वाढदिवस तुझा. मस्तपैकी तू मैत्रिणींबरोबर कुठंतरी जा. पिक्चरला जा. पिकनिकला जा. मी गाडी पाठवून देतो. शंभर रुपये देऊन ठेवतो, ते सर्वच्या सर्व खर्च करायचे.'' —पण मीनानं ऐकलं नव्हतं. ती म्हणाली होती, ''मैत्रिणी नेहमीच्याच आहेत. दिवसातले सगळे तास मी त्यांच्याच सहवासात असते. तुम्ही फक्त तास दोन तासापुरते मला भेटता. ते काही नाही, तुम्ही यायला हवं, तेही लवकर आलं पाहिजे. दहा मिनिटांपेक्षा मी तुमची जास्त वाट पाहाणार नाही.''

—आईवेगळ्या वाढलेल्या मुलीचा हट्ट शेवटी लोणकरांना मानावाच लागला होता. ते म्हणाले होते, ''बरं, बरं, मी येईन. कपडे करून तयार रहा. मी खालूनच हॉर्न देईन. तू लगेच आलं पाहिजेस. मी पण दहा मिनिटांपेक्षा जास्त वेळ वाट पहाणार नाही खाली मोटारीत—''

लोणकरांना आत्ता हा काल झालेला सगळा संवाद आठवला. 'जायलाच हवं, नाहीतर पोरगी फुरंगटून बसेल. अठरा वर्षांची झाली आज, पण अजून परकरी पोरीप्रमाणे रुसते काय, रडते काय, और आहे. असो पण. जायला हवं.'

—स्वत:शीच असं पुटपुटत लोणकरांनी झुलत्या खुर्चीवर एक स्वत:भोवती गिरकी घेतली आणि जाण्यासाठी ते उठणार तोच समोर राधा येऊन उभी राहिली.

''तुम्ही अजून गेला नाहीत?'' — लोणकरांनी जाण्याची तयारी करीत विचारलं.

''थोडं काम होतं आपल्याकडे.'' राधा चाचरत म्हणाली.

''आपण उद्या बोललं तर चालेल ना — मला लवकर जायचं आहे.''

''आजच बोललं पाहिजे.''

"एवढं अर्जंट?"
"हो. त्यावरच उद्या कामावर यायचं की नाही हे अवलंबून आहे." —राधा धीटपणानं म्हणाली. पहिलंच वाक्य चाचरत बोलणारी राधा कोणी निराळीच होती.
—लोणकर पुन्हा बसले. नाईलाजानं!— राधाही त्यांच्यासमोरच्या खुर्चीवर बसली.
"शक्यतो थोडक्यात आणि लवकर आटपा."— टेबलावरचा फॅन चालू करीत लोणकर म्हणाले.
"मला ऑफिसातले लोक त्रास देतात." राधा म्हणाली.
"म्हणजे काय करतात?"
"मागे लागतात.—" राधा म्हणाली.
—लोणकरांनी चमकून राधेकडे पाहिलं. मग त्यांची नजर शांत झाली. क्षणार्धात त्यांनी अनेक गोष्टी टिपल्या. राधेची आकर्षक केशभूषा स्पर्धेत पहिलं बक्षीस पटकावील अशी होती. ह्याही वयात, म्हणजे चाळिशीच्या जवळ येऊनही किंवा चाळिशी उलटलेली असेलही — असं असूनही, चेहरा जून वाटत नव्हता. कांती अजून नितळ होती. ओठ पातळ होते. डोळ्यातला खेळकर भाव, सोळा वर्षांच्या पोरीला लाजवेल असा खट्याळ होता. लो कट्चा ब्लाऊज, कोणालाही वेडापिसा करील एवढा टंच होता. पारदर्शक साडीनं देहाचा झाकलेला भागही झाकून न झाकल्यासारखा होता. भल्याभल्यांनादेखील मागं वळून बघायला लावील असा एकूण फॉर्म राधेला होता. आणि तो ह्या वयात टिकून राहिला होता. आणि आपण अजून इतरांना घायाळ करू शकतो असा गर्विष्ठ भाव राधेच्या नजरेतून सहजगत्या दिसत होता.
— लोणकरांनी हे सर्व टिपलं व ते शांतपणानं, तटस्थपणानं म्हणाले,
"राग येऊन देऊ नका. पण खरं ते सांगतो. लोकांनी तुमच्यासाठी उल्लू बनावं एवढं तुमच्याजवळ अजून बरंच उरलंय्."
— राधा ताडकन उभी राहिली. तिचं शरीर रागानं थरथरू लागलं. ओठांची हालचाल, ती काहीतरी आता तिखट बोलणार असं दर्शवू लागली. लोणकर मात्र शांत होते. त्याच शांतपणाने ते म्हणाले,
"टॉयलेट रूममधे अर्धा आरसा आहे. तुमच्या घरी पण संपूर्ण देह दिसेल एवढा आरसा असेल. उद्या ऑफिसला येण्यापूर्वी आपण कशा येतो हे नीट पहा. पुरुषांच्या नजरेतून पाहाण्याचा प्रयत्न करा आणि मग मी काय बोललो त्याचा विचार करा. घरी जाण्याएवढा धीर नसेल तर इथल्या आरशात पहा. आपण ऑफिसला कशा येतो, समाजात वावरताना किती झिरझिरीत कपड्यात

वावरतो ह्याचा अंदाज घ्या, मी थांबतो तोवर आणि मग आपण पुढची चर्चा करू. करेक्ट?''
लोणकर उठले. राधा निरुत्तर झाली होती. पण असा पराभव ती पत्करणार नव्हती. आवाज चढवून ती म्हणाली,
''तुम्हाला हा प्रश्न असा निकालात काढता येणार नाही. मला तुम्ही मदत केली पाहिजे. ऑफिसरनं हाताखालच्या माणसांची सुखदु:खं सांभाळली पाहिजेत.''
''ऑफिसरच्या नात्यानं जे काही करता येईल ते करण्याचा मी जरूर प्रयत्न करीन. मला आता गेलं पाहिजे. उद्या आपण सविस्तर बोलू. तुम्हाला कोण 'हॅरॅस' करतं ते मला माहीत आहे. रात्री मी विचार करून ठेवीन. सी मी टुमॉरो!''
— प्रश्न निकालात काढल्याप्रमाणे लोणकर बाहेर पडले. हताश झालेली राधा मागून येत होती. तिकडे त्यांनी पाहिलं पण नाही.

वाट पाहून पाहून थकलेली मीना लोणकरांनी हॉर्न वाजवताच मोटारीत येऊन बसली; पण काही बोललीच नाही. तिला आता माहीत होतं की तिचे पपा आता तिला हसती बोलती करण्यासाठी नाना युक्त्या करतील. त्यांच्या काही काही युक्त्या तिला पाठ झाल्या होत्या. मोटार तुफान वेगानं पळवायची आणि एखाद्या पादचाऱ्याला बिचकावण्यासाठी, त्याच्या अंगावर मोटार नेल्यासारखी करून, ब्रेकचा आवाज करीत, त्याची धावपळ पहायची. ते पाहून आपण मनातून घाबरतो आणि एकीकडे त्या पादचाऱ्याची चर्या पाहून खदखदून हसतोदेखील!—ही झाली एक रामबाण युक्ती. नंतर आपल्या जाड्या मैत्रिणीची नक्कल करतील ते!—त्यानंतर एखादा सरदारजीचा जोक करतील आणि शेवटी मोटार जिथं असेल तिथं उभी करून सरळ संप पुकारतील. 'तू हसल्याशिवाय मोटार पुढे जाणारच नाही.' — असं म्हणतील. एकदा तर पपांनी कमालच केली होती. ''घुस्सा छोड दो, नही तो हमारी मोटार छोड दो'' — अशी पाटीच ऑफिसातून येताना त्यांनी आणली होती.
—पण नाही. आजचा प्रकार काही निराळाच होता. लायन्स क्लब गार्डनवरून त्यांनी गाडी जुहूबीचकडे वळवली, न बोलता आणि न बोलायला लावता.

लोणकरांनी गाडी पार्क केली. ते मुकाट्यानं खाली उतरले. मीनाही उतरली. दोघेजण चुपचापपणे वाळूत जाऊन बसली. तरीही लोणकर गप्पच होते.
''पपा,'' — मीनानं हाक मारली. ''पपा, बरं नाही का वाटत?''
''छे: छे, उत्तम आहे.''—पपा म्हणाले.

—उत्तम नसताना माणूस जेव्हा उत्तम आहे म्हणतो तेव्हा तो फार केविलवाणा दिसतो. मीना काहीतरी विचारणार होती. पण ती एवढी गांगरली होती, गोंधळली होती, की तिला काहीच सुचेना. मग तिला वाटलं की आपल्याला मोठा हुंदका येणार. पण तोही तिला दाबावा लागणार होता. केव्हातरी एकदा ती फिरायला गेली असताना, तिला असंच एकाएकी रडायला आलं होतं. सगळं ऐश्वर्य, ऐषाराम, चैन असूनही मीना केव्हा केव्हा दु:खी असायची. तिला कसलं दु:ख होतं ह्याचा तिलाही पत्ता नव्हता. त्या दु:खाला काय नाव द्यावं हे तिला ठरवता आलं नव्हतं; पण केव्हातरी तिला एकदम असं वाटलं होतं की, आपण दु:खी आहोत, किंवा आपल्याला दु:ख असू शकतं ह्याची पपांना, ह्या सर्वांत जवळच्या माणसाला कल्पनाच नाही. हेच फार मोठं दु:ख आहे. अशाच काहीतरी जाणिवेनं तिला त्या वेळी रडू आलं होतं. पपा पटकन् आपल्याला जवळ घेतील असं तिला वाटलं होतं. पपांनी जवळ घेतलंही; पण तिची समजूत घालण्याऐवजी खुद्द त्यांनाच रडू कोसळलं होतं. मीना त्यांची तेव्हा समजूत घालू शकली नाही; पण कुठंतरी ती सुखावली होती एकाच विचारानं की, पपा आपल्या खूप जवळ आहेत आणि तेव्हापासून तिनं ठरवलं होतं की, पपांसमोर आपण डोळ्यातून कधीच पाणी काढायचं नाही.
आत्ताही येणारा हुंदका तिनं आवरला. तिनं त्यांच्या मांडीवर हात ठेवला. तेवढ्यात लोणकरांनी तिला विचारलं,
''बेटा, तू आज अठरा वर्षांची झालीस.''
''हो, पपा.''
''प्राप्तेषु षोडशे वर्षे...हा श्लोक माहीत आहे तुला.''
''हो पपा, पण तो मुलाच्या बाबतीत.''
''तू मुलगाच आहेस माझा.''
''आज हे नवीनच काय पपा?''
लोणकर थांबले. क्षणभर विचारात पडले. आणि म्हणाले,
''बेटा, मला आज मैत्रीच्या सल्ल्याची फार गरज आहे.''
— मीना गोंधळली होती. आजचा दिवस फार निराळा आहे— आजचे पपा कोणी निराळेच गृहस्थ आहेत, बीचवर जमलेली ही माणसं जेवढी आपल्याला अनोळखी आहेत, तेवढेच पपाही अनोळखी आहेत व आपण पोरक्या आहोत...असे काय वाटेल ते विचार तिच्या मनात येऊन, मीना घाबरली. मधे आणखी थोडा जरी वेळ गेला असता तरी मनावर ताबा ठेवूनही मीनाला रडायला आलं असतं. तेवढ्यात पपा म्हणाले,
''मीना, तुझी आई आज भेटली होती.''

— ते ऐकल्यावर मीना चमकली. पण क्षणमात्रच. पुन्हा ती स्थिर झाली. तिला एकदम हलकं वाटायला लागलं. पपांच्या अस्वस्थतेचं कारण काहीतरी भयंकर असेल असं तिला वाटलं होतं; पण हे कारण खूप सौम्य होतं. वस्तुत: पपांनी इतकं अस्वस्थ न होण्याइतकं सौम्य होतं. हा विचार मीनाच्या मनात आला आणि लगेच त्यापाठोपाठ दुसरा विचार एका विलक्षण गतीनं आला आणि तो म्हणजे, पपा अस्वस्थ झाले म्हणजे त्यांना बायकोबद्दल अजून कुठंतरी ओलावा आहे का?—

"काय वाटलं ऐकून?"— पपांनी — मीनाला गप्प पाहून — तिला परत विचारलं.

"केव्हा भेटली?—" विचारायचं म्हणून मीनानं विचारलं.

"ऑफिस सोडता सोडता."

"म्हणून उशीर झाला?"

"होय."

"काय म्हणाली ती?" — मीनानं हा प्रश्न एवढ्या कोरडेपणानं विचारला की लोणकर चकित झाले. पण मीनाचं काहीच चुकलं नव्हतं. ज्या काळात आईच्या प्रेमाची, वात्सल्याची, स्पर्शाची जाणीव व भूक मुलांना असते, त्याच काळात राधा घर सोडून गेली होती. मीनाच्या वाट्याला हे बोर्डिंगचं जिणं आलं होतं. मीनाला का ओलावा वाटावा?

"ती माझ्याकडे संरक्षण मागायला आली होती."

"कसलं संरक्षण?"

"तिला माझ्याच ऑफिसातल्या लोकांकडून उपद्रव होतो."

"म्हणजे पपा,..."

"होय, मीना. गेले महिनाभर ती माझ्याच ऑफिसात आहे. एकाएकी बदली होऊन आली ती. महिन्यापूर्वी मी तिला प्रथम सेक्शनमध्ये पाहिलं. मी काही दर्शविलं नाही, ती पण गप्प होती. ऑफिसात कोणालाही पत्ता नाही आमचं काही नातं असेल म्हणून."

"असं कसं?"

"कारण ती माहेरचं नाव लावते आणि गळ्यात मंगळसूत्र घालत नाही."

—मीना अवाक् झाली. लोणकर लेकीच्या चेहऱ्यावरील प्रतिक्रिया पहात होते. मीना आपणहोऊन काही बोलेल, ह्याची वाट पाहून ते म्हणाले,

"काय करावं ह्यावर मी?—तिला आता माझ्याकडून संरक्षणाची अपेक्षा आहे."

—मनात आलेले विचार स्पष्टपणे सांगावेत की नाही ह्याचा मीनाला पेच पडला. तिचा तो संभ्रम लोणकरांनी जाणला. समजूतीच्या स्वरात ते म्हणाले,

“बेटा, स्पष्टपणे बोल. मला काय वाटेल ह्याचा विचार करू नकोस. एखादी गोष्ट ऐकल्यावर चटकन आपल्या मनात त्याबद्दल जी प्रतिक्रिया असते तीच खरी आपल्या अंतर्मनाची प्रेरणा असते. कालांतराने आपण विचार करून जे ठरवतो त्यात आपल्या मूळ विचारांना जागा असतेच असं नाही. आपण पुष्कळदा जे बरं दिसेल तेच करतो; पण त्यामुळे आपण नेहमी आपल्या उत्स्फूर्त भावना, व्यक्तिमत्त्व मारत राहातो. क्लेश त्याचे होतात. दु:ख त्यापायी येतं. म्हणून म्हणतो, जी पहिली प्रतिक्रिया झाली ती सांग.”

—पपांना एवढं जड बोलताना मीनानं कधी ऐकलं नव्हतं. पण तरीही त्यांचा तो शब्द न् शब्द खरा होता. आपणही आपले खरे विचार, खऱ्या भावना किती वेळा मारल्या, हे तिला आठवलं आणि ती पटकन म्हणाली,

“पपा, त्या बाईसाठी तुम्ही काहीही करू नये असं मला वाटतं.”

—लोणकरांना धक्का बसला. विचारण्यात अर्थ नव्हता तरी त्यांनी विचारलं,

“का?”

“नाही पपा, मला कारणं विचारू नका. मला ते सांगता येणार नाही. जे पटकन वाटलं ते मी सांगितलं. माझं हे म्हणणं तुम्ही ऐका असं म्हणत नाही; पण प...ण...नाही पपा, मी आणखी काही नाही बोलू शकत.”

दुसऱ्या दिवशी संध्याकाळी त्याच वेळी राधा आत आली.

“बैस.”

—लोणकरांनी एकेरी संबोधल्यावर राधेच्या अंत:करणात एक लहानसा आशेचा अंकुर फुटला. तिनं लोणकरांकडे स्निग्ध नजरेनं पाहिलं आणि कुठंतरी खोलवर ती व्याकूळ झाली!

भूतकाळात गेली!—

“पाठ दुखते आहे ना?”— तिनं विचारलं.

—ही विचारणा अगदी अनपेक्षित होती. लोणकर चमकले.

“अजून दुखणं संपलं नाही का ते?”—

“नाही.”

“म्हणजे काल रात्रभर जागरण झालं ना?”— राधानं विचारलं. लोणकरांनी मान हलवली.

“काय इलाज करता?”

“काही नाही. पूर्वी पाठ दुखत असली तर कोणीतरी नुसतं जवळ बसावं असं वाटायचं. मीना घरी होती तोवर बसायची. आता कुणीच जवळ नसण्याची सवय करून घेतली आहे.”

—थोडा वेळ थांबून राधा म्हणाली,
"माझा अगदी खूप खूप राग येतो ना तुम्हाला?"
—लोणकर तटस्थपणाने म्हणाले,
"कालपर्यंत होता राग."
"आणि आज?"
"आज राग नाही, लोभ नाही, कोणतीही भावना प्रकर्षानं नाही."
"एका रात्रीत एवढा फरक?"
"तो फरक केवळ एका रात्रीतला नसतो. तिळावर काटा पहिल्या चार दिवसात दिसत नाही. पण त्याचं अस्तित्व नाकारता येत नाही. तसंच झालं!— उलटसुलट विचार गेले दहा वर्षे होतेच. काल निर्णय लागला इतकंच. तोही मीनामुळे लागला."
कासावीस होत राधा म्हणाली,
"मला समजेल असं सांगा ना."
— लोणकर थांबले. सर्व विचार राधेला सांगायचे ह्या तयारीनं ते बसले आणि एखाद्या गायकानं — संगीतसाधनेत हयात वेचलेल्या गायकानं — सहज स्वर लावावा तशा शांत स्वरात लोणकर म्हणाले,
"ऐक राधा, नीट ऐक. काल माझी फसगत झाली. आणि एका तऱ्हेनं विचारांना चालनाही मिळाली. तोवर मी माझीच दुःखं जोपासत बसलो होतो. तुझ्याबद्दलचा राग निवळू द्यायला तयार नव्हतो. दहा-अकरा वर्षांपूर्वी तू घरातून निघून गेलीस. त्यानंतर लगेच भेटली असतीस तर मी एखादे वेळेस तुझा खूनही केला असता. फार कशाला, महिन्यापूर्वी तू ऑफिसात दिसलीस तेव्हाही वाटलं की केबिनमध्ये आणून तुला ह्या पाचव्या मजल्यावरून फेकून द्यावी. कालपर्यंत हे विचार मनात येऊन जायचे. पण काल प्रथम मीनाशी बोललो. मला वाटलं, माझ्या रक्तामांसाची ही मुलगी. माझे आणि तिचे विचार तंतोतंत जुळतील. पण राधा, नाही! माझ्या अगदी उलट तिचे विचार निघाले. तिथे डोळ्यांत अंजन पडलं. खुद्द पोटच्या मुलीचे व माझे विचार एक नाहीत, ह्याचा फार मोठा धक्का बसला. आख्खी रात्र जागून घालवली मी! पहाटे पहाटे वाटलं, की राधा घरातून गेली ह्यात काहीच चुकलं नाही. मुलीच्या विचारांवर आपली मालकी नाही, मग बायको तर काय, सर्वस्वी दुसऱ्या घरातली. स्वतःचे विचार घेऊन आपल्या घरात आलेली."
"— नाही हो. तसं नाही."
"थांब राधा. आता अशी भावनाविवश नको होऊस. मी खूप विचार केला ह्यावर. भूतकाळ आठव. माझा मोह तुला वाटल्यावर तू स्वतःच्या

आईवडिलांच्या मायेचे बंधन एका रात्रीत तोडलेस. ज्यांनी तुला हाताखांद्यावर खेळवली, तुझ्या डोळ्यात पाणी पाहून ज्यांना जेवण गेलं नाही, असे तुझे आईवडील; पण माझ्या प्राप्तीसाठी तू तुझे घर मायापाशासकट सोडलंस. जन्माचा ऋणानुबंध एका रात्रीत तोडलास, होय ना?''

— राधेनं मान हलवली.

''तोच विचार मी केला. ज्या वेळी मी असं बलवत्तर मोहाचं स्थान तुझ्या मनात निर्माण करू शकलो, त्याच क्षणी तू माझी झालीस. ते वातावरण मी घरात कायम टिकवू शकलो नाही. आईबापांच्या प्रेमाचा, वात्सल्याचा तुला माझ्यामुळे विसर पडला, तोच प्रसंग परत घडला. तसंच जबरदस्त मोहाचं स्थान पुन्हा आयुष्यात निर्माण झालं, तेव्हा तुला माझं प्रेम, मीनाचं प्रेम ह्याचा विसर पडू शकला. ह्याचा अर्थच हा, की आपण जे एकत्र आलो ते निसर्गाच्या हाकेला 'ओ' देण्यासाठी. क्षणिक शारीरिक सौख्यासाठी. आपण देहाच्या मोहाने, सौंदर्याच्या अभिलाषेनं, देहाच्या सौख्यासाठी एकत्र आलो. आपली मनं एक नव्हती. विचार एक नव्हते. ह्याचा उलगडा मला काल झाला. म्हणून आता तुझ्याबद्दल राग पण नाही, लोभ पण नाही, कोणतीच भावना प्रकर्षानं नाही. तेव्हा ऑफिसर म्हणून जे काही करता येईल तेवढं मी करण्याचा प्रयत्न करीन. बट् आय् कॅनॉट प्रॉमिस यू.''

—राधा घायाळ झाली होती. विव्हल झाली होती. कुठंतरी तिला लोणकरांबद्दल अपार प्रेम, सहानूभुती, काहीतरी वाटलं खरं!— स्नेहार्द्र नजरेनं पाहात तिनं विचारलं,

''मी आज तुमच्याबरोबर येऊ का?''

—लोणकर मात्र खूप सावरलेले, सावध होते. ते त्याच थंड स्वरात म्हणाले, ''राधा, हा प्रश्न तू विचारायला नको होतास. स्वत:ची ओळख पटण्याचा क्षण एकदाच येतो आयुष्यात. तो काल रात्री आला. मीनानं माझी मला ओळख करून दिली. मी कालच म्हणालो, की घायाळ व्हावं असं तुझ्यापाशी अजून बरंच उरलंय् !— मी कदाचित 'हो' म्हणेन, 'चल' म्हणेन, पण कदाचित् परत ती निसर्गाच्या हाकेसाठी दिलेली साद असेल. परत शारीरिक गरज ठरेल ती. त्याचं काय?''

— प्रश्न विचारून लोणकर जाण्यासाठी उठले, बाहेर पडले.

मागून राधा येते की नाही हे त्यांनी पाहिलं नाही.

✦

ती आणि तिची सवत

किरण देवधर दहावीला पहिला आला. चारही बाजूने कौतुकाचा वर्षाव झाला. शेवटी शेवटी त्याला स्तुतीचाही कंटाळा आला. तो आनंदात होता, पण एक आश्चर्याचा धक्का बसावा असा हा प्रसंग घडला. तोही अनपेक्षित व्यक्तीकडून. आश्चर्य कधी वाटतं? मुळातच अतर्क्य गोष्ट घडली तर! आणि केव्हा केव्हा जवळच्या व्यक्तीनेच विचित्र वागणूक दिली तर. शाळेचे प्रिन्सिपॉल घरी आले, इथपर्यंत ठीक होतं. पण त्यांनी एक विचित्र अट घातली.

टिपणीस म्हणाले,

"तुझी जेव्हा केव्हा मुलाखत घेतली जाईल तेव्हा सगळ्या विषयांची मी तुझ्याकडून खास तयारी करवून घेतली होती, असं सांगायचं."

तो सरांकडे बघतच राहिला; पण किरणच्या वडिलांनी त्याची सुटका केली. ते टिपणीस सरांना म्हणाले,

"किरणने अभ्यास कधी केला हे आम्हालाही कळलं नाही. त्यातल्या त्यात एक गोष्ट बरी, त्याला कुठल्याही क्लासमध्ये घातलं नव्हतं. नाही तर श्रेय उपटायला चार क्लासचे चालकही आले असते."

प्रतिक्रिया व्यक्त न करता टिपणीस सर निघून ते गेले. ते गेल्यावर देवधर मुलाला म्हणाले, "यश बोलकं असतं."

कसं कुणास ठाऊक पण किरण म्हणाला, "जे घडलं नाही तेसुद्धा यश बोलायला भाग पाडतं."

नंतर दूरदर्शनवर ठरलेल्या साच्याची मुलाखत झाली.

प्रत्येक यशस्वी मुलगा म्हणतो त्याप्रमाणे मुलाखतीच्या पहिल्याच प्रश्नाला किरण म्हणाला,

"प्रत्येक दिवसाचा अभ्यास त्याच दिवशी, इतकंच मी केलं. मी पहिला येईन असं मला वाटलं नव्हतं."

मुलाखत संपल्यावर तो वडिलांना म्हणाला, "बाबा, तुम्ही गाडी घेऊन घरी जा. मी बसनं घरी येतो."

त्याच्या बोलण्याचा हेतू समजून देवधर म्हणाले,

"ओ. के. आय कॅन अंडरस्टॅंड."

शिवाजी पार्कपर्यंतच जाणारी बस मिळाल्यामुळे बसचा डेक पूर्ण रिकामा होता.

किरणला बरं वाटलं. सर्वांत पुढच्या रिकाम्या बाकावर तो एकटा बसला. दोनच स्टॉप मध्ये गेले आणि एकवीस-बावीस वर्षांची, अत्यंत आकर्षक, गोऱ्या वर्णाची, काळ्याभोर डोळ्यांची आणि सोनेरी केस असलेली मुलगी त्याच्या शेजारी येऊन बसली. किरण मनातल्या मनात चरफडला. त्याने रिकाम्या डेककडे मान वळवून पाहिलं.

"मी मुद्दाम तुझ्याजवळ येऊन बसलेय. सगळा डेक रिकामा आहे, हे मलाही माहीत आहे. आत्ताच तुला टीव्हीवर पाहिलं. सगळ्यांचं अभिनंदन व कौतुक ऐकून तुझे कान किटले असतील, खरं आहे ना?

"तुम्ही म्हणता ते शंभर टक्के खरं आहे."

"ती तुझ्यापेक्षा चार-पाचच वर्षांनी मोठी असेन, मला अहो म्हणायचं कारण नाही, आता इलेक्ट्रॉनिक्स का?"

"नाही."

"मग कॉम्प्युटर असेल?"

"कॉम्प्युटर पण नाही. मी मेडिकलला जाणार आहे."

"मेडिकलच का?"

"माझा चुलतभाऊ डॉक्टर आहे. तो नेहमी म्हणतो,"मी आत्मा परमात्मा, देव काही मानत नाही. मी शरीर मानतो. चैतन्याचा एक भाग असला तरी. म्हणूनच शरीरानं जगणाऱ्या माणसाला शारीरिक व्याधीतून मुक्ती हवी असते. पेशन्टला मुक्ती हवी असते आणि डॉक्टरला रिझल्ट. व्याधीमुक्त झालेली माणसं माझ्या भावाला देवाच्या ठिकाणी मानून त्याच्या पाया पडायला येतात, हे मी अनेकदा पाहिलेलं आहे. त्यामुळे मी कधीच डॉक्टर व्हायचं ठरवलं आहे."

"पेशन्टस् ज्या वेळेला ह्या तऱ्हेनं पाया पडायला येतात, तेव्हा तुझा भाऊ काय म्हणतो?"

"तो परमेश्वर मानत नसला तरी आध्यात्मिक प्रवृत्तीचा आहे. तो म्हणतो आय ट्रीट, ही क्युअर्स."

किरणकडे आश्चर्याने पाहत तिनं विचारलं, "हे तुझे विचार आहेत?"

किरण म्हणाला,

"आमच्या घरातली सगळी माणसं असं म्हणतात."

शिवाजीपार्क जवळ यायला लागलं होतं. किरणनं विचारलं,

"तुझं नाव?"

"ती गोड हसली आणि म्हणाली,

"जरा कुणाशी चार वाक्यं बोलली तर त्याला लगेच नाव हवं असतं."

"आणि तुझ्यासारख्या देखण्या, शिष्ट मुली ते कधीच सांगत नाहीत."

''म्हणजे मी देखणी आहे तर!''
''प्रत्येक व्यक्तीला आपलं व्यक्तिमत्व कसं आहे, ते माहीत असतं.''
''आणि स्वभाव?''
''तोही माहीत असतो; पण तो मान्य करायचा नसतो. स्वभाव लपवता येतो, दिसणं झाकता येत नाही.''
''पहिल्या नंबरावर पास झालास यात नवल नाही.''
''ते राहू दे. नाव सांगणार का?''
''नाव सांगणार नाही, त्याहीपेक्षा एक महत्त्वाची गोष्ट सांगते. इथून पुढे आयुष्यात जेव्हा जेव्हा तू हेवा केला जाईल असं काही करून जाशील, त्या त्या प्रत्येक वेळेला मी भेटत राहीन. कुठूनही येईन, कुठेही गाठीन; पण भेटल्याशिवाय राहणार नाही. तुला चालेल ना?''
''म्हणजे तुझी भेट घडायला हवी असेल तर मी काही ना काही विक्रम केला पाहिजे, असंच ना?''
''जोपर्यंत तुला मी हवी आहे, तोपर्यंत.''
''दोघंही शेवटच्या स्टॉपवर उतरले. कोपऱ्यावरून वळताना तिने निरोपादाखल हात हलविला. मंतरलेल्या अवस्थेत किरण घरी परतला.

त्या अनामिकेनं शब्द दिला त्याप्रमाणे तो पाळलाही.
बारावीच्या परीक्षेत किरणनं असंच नेत्रदीपक यश मिळवलं.
कबूल केल्याप्रमाणे ती आली.
''काय? मी तुला शब्द दिल्याप्रमाणे भेटले की नाही?
ह्या वेळेला तो तिच्याकडे बघतच राहिला. तिचं देखणेपण त्याला नव्यानं जाणवलं. दोन वर्षांपूर्वी ती पहिल्यांदा भेटली तेव्हा त्याला फारसं काही वाटलं नव्हतं. एवढी देखणी मुलगी आपल्याला भेटत आहे, ह्याचा आज त्याला रुबाब वाटला. सर्वांगातून वीज सळसळत गेली.
''असा बघतोस काय? मीच ती दोन वर्षांपूर्वीची, बसमध्ये भेटलेली.''
''आणि नाव न सांगता गेलेली.''
''हा! ही खूण बरोबर पटली. नाव न सांगितल्यामुळेच मी तुझ्या जास्त लक्षात राहिले.''
''बरं मग आता परीक्षेचं गिफ्ट म्हणून तरी नाव सांगणार की नाही?''
''ओझरत्या गाठीभेटी होत असल्या म्हणजे नाव सांगितलं तरी लक्षात राहात नाही. नाव सांगितलं नाही म्हणजे नाव न सांगणारी मुलगी म्हणून मी लक्षात राहीन.''

ती आली तशी गेली.

ती गेली पण आज ती लक्षात राहिली. मागे रेंगाळत राहिली. तो भांबावलेल्या अवस्थेत घरात वावरतोय, हे आईवडिलांच्या लक्षात आलं. शेवटी देवधरांनी त्याला कारण विचारलं. जे जे घडलं, ते किरणनं मोकळेपणानं सांगितलं.

देवधर खांद्यावर थोपटत मिश्किलपणे म्हणाले, ''ह्याचा इतकाच अर्थ चिरंजीव, की तुम्ही आता मोठे झालात.''

किरणनं भांबावून वडिलांकडे पाहिलं आणि ते खोलीच्या बाहेर गेल्याबरोबर तो आरशासमोर जाऊन उभा राहिला. आरशातल्या त्याच्या प्रतिमेनं त्याला सांगितलं.

'आता ती पुन्हा भेटायला हवी असेल तर आणखी एक विक्रम करावा लागेल.' त्या प्रतिमेकडे पाहत तो म्हणाला, ''येस, आय हॅव टू!''

त्या दिवसापासून किरण प्रत्येक हालचाल आत्मविश्वासानं आणि जाणिवेनं करू लागला. आपल्याला तिनं पूर्णपणे व्यापून टाकलेलं आहे, हे त्याच्या लक्षात आलं. ही कसली अनामिक ओढ या विचारापायी तो गांगरून गेला. आणि त्याच वेळेला तो स्वत:ला सांगत राहिला, आता पुढची परीक्षा. पुन्हा मेरिटमध्ये यायचं. जितकं स्वत:साठी त्यापेक्षा कितीतरी पटीनं तिच्या भेटीसाठी.

कष्ट अनेकजण करतात पण बरोबरीने नशिबाची साथ असणाऱ्याच्या घरावरच यशाचं तोरण लागतं. दहावीच्या परीक्षेत आपण पहिले येणार हे किरणला माहिती नव्हतं ते ठीकच होतं. बारावीचं यश त्यानं मिळविलेलं होतं. पण, पुन्हा एम. बी. बी. एस.लासुद्धा आपण पहिल्या क्रमाकानं उत्तीर्ण होऊ, हे त्याला माहीत नव्हतं; पण रिझल्ट कानावर पडताक्षणी त्याला पहिली आठवण झाली ती त्या अनामिकेची. नुसती आठवण झाली असं नव्हे तर ती आणखीन किती आकर्षक झाली असेल, ह्या कल्पनेनंच तो कासावीस झाला. सुमारे पाच वर्षांपूर्वीचे वडिलांचे शब्द किरणला आठवले.

'चिरंजीव तुम्ही आता मोठे झालात.' आत्ताही त्याने अभावितपणे आरशात पाहिलं आणि तो स्वत:शीच म्हणाला, ''ह्या भेटीत मी तिला नाव सांगायला लावीनच.'' त्याच्या अपेक्षेप्रमाणे ह्याही वेळी शब्द दिल्याप्रमाणे ती आली.

त्याच्या अंदाजाप्रमाणे तिनं आणखीन मोहक रूप धारण केलेलं होतं. किरणला आजही गर्दीपासून दूर पळावंसं वाटत होतं. दहावीत पास झाला तेव्हा, त्यानं वडिलांची एकटं राहण्यासाठी परवानगी मागितली होती आणि तो नंतर एकटा बसनं घरी आला होता. आज त्याने 'मी जरा जाऊन येतो.' असं वडिलांना सांगितलं आणि तो बाहेर पडला. दोघजण गाडीत बसले.

किरणनं विचारलं. ''कुठं जायचं?''

''तू बरोबर असताना स्थान गौण आहे.'' त्याने वरळीकडे गाडी वळवली.
''इकडे कुठे?''
''इथे एक गार्डन आहे. चांगली असूनही तशी फार जणांना माहिती नाही. म्हणजे इतर गार्डनपेक्षा इथं गर्दी कमी असते.''
गाडी पार्क करून दहा-बारा पायऱ्या चढून दोघंही पार्कमध्ये आली. गर्दी तुरळकच होती, तरीही त्यांनी एक कोपरा निवडला. दोघं समोरासमोर बसले. बागेतलेच छोटे छोटे तांबडे खडे तिने गोळा केला. एकेक खडा मारीत ती त्याला म्हणाली, ''आता ह्यापुढे विचार काय?''
तो थोडासा तक्रारीच्या सुरात म्हणाला,
''तुझ्या भेटीसाठी नवीन विक्रम कुठला करायचा, ह्या विचारानं पछाडलोय. काहीतरी करून दाखविल्याशिवाय तू मला कधीच भेटणार नाही का?''
''मी अशा मताची आहे, की माणसाजवळ जेवढ्या पोटेंशियालिटीज आहेत त्या त्यानं वापरल्याच पाहिजेत. मी हातावर हात ठेवून बसेन आणि कुणीतरी मला काहीतरी आणून देईल, अशा भ्रामक कल्पनांच्या मागे मी धावत नाही. मला पुरुष जेवढे आवडतात, त्यापेक्षा पौरुषत्व जास्त आवडतं. तुझ्यात स्पार्क दिसला, म्हणूनच मी तुझ्या मागे लागले.''
किरण घुश्श्यात म्हणाला, ''चार चार वर्षं भेटायचं नाही, ह्याला मागं लागणं म्हणतात का?''
''नेहमी सहवासात असणं म्हणजे 'प्रेम' असं तू समजतोस का? 'तुझसे तेरी याद अच्छी, वो आती है और जाती नही,' हे ऐकलंयस ना?
''मी सातत्यानं भेटले असते तर कदाचित तुझं अभ्यासातून लक्ष उडालं असतं.'' थोडा विचार करत किरण म्हणाला,
''एखाद्याला वाट पाहायला लावायची ह्यामागच्या यातनांचा तुला कधीही अनुभव येणार नाही. कारण भेटायचा कालावधी हा नेहमी तू ठरवतेस.''
''त्याच्यामागे निश्चित हेतू आहे. तुझ्या मनात माझं सातत्यानं स्मरण राहिल्याशिवाय तू वरच्या पायरीवर पोहोचणार नाहीस. आपण माणसांना ध्येयवादी-ध्येयवादी म्हणतो; पण जे ध्येय गाठलं जातं ते माणसापेक्षा छोटं असल्याशिवाय गाठलंच जात नाही. शेवटी ध्येयाची संकल्पनासुद्धा मानवी मेंदूतूनच निर्माण होते. त्यामुळे त्यानं निवडलेलं ध्येय माणसापेक्षा मोठं कसं असेल?''
''म्हणजे माझं आत्तापर्यंतचं यश काहीच नाही?''
''त्यातले कष्ट खरे. यश देणारा दुसराच असतो. मी त्यालाच दैव म्हणते. जोपर्यंत यश देणारा दुसरा आहे, तोपर्यंत तुम्ही तुमच्या यशापेक्षा मोठे होत

नाही. ह्याचाच अर्थ, तुमचं ध्येय तुमच्यापेक्षा छोटं आहे, म्हणून तुम्ही ते गाठलंत. पार केलेला वर्तमानकाळ म्हणजे भूतकाळ. म्हणून तुम्ही एका सेकंदात भूतकाळातल्या कोणत्याही कालखंडात जाऊ शकता. आता तू पोस्टग्रॅज्युएशन करणार. म्हणजे तीन वर्षांचा काळ. ह्या तीन वर्षांच्या काळापेक्षा गेलेली चोवीस वर्षं लहान नाही? पटतंय का?''

किरण आत्ता थोडासा भानावर आला. ती बोलत होती. पण त्यातले काही शब्द लक्षात येत होते आणि काही शब्द नुसते कानावरून जात होते. तिच्या आकर्षक रूपाकडेच तो पाहात राहिला आणि त्याच वेळेला एक व्यथा टोचून गेली बौद्धिक पातळीवरसुद्धा एकवाक्यता आली. आता नाव समजायला हवंच होतं. क्षणभर असं वाटून गेलं, आत्ताचे हे जे विचार आपल्याला मिळाले ते व्यक्तीकडून की एका शक्तीकडून.

''काय पाहतोयस असा?''

''माझ्याशी व्यक्ती बोलतेय की एक शक्ती.''

''लक्षात आलं. हा एक यॉर्कर टाकून तुला माझं नाव हवंय हे समजलं. त्यासाठी थांबा.''

''समजलो, नुसतं पोस्ट ग्रॅज्युएशन नाही. तिथंही 'रँक हवी.'

''येस, मी तुला त्याचसाठी फक्त प्रसंगीच भेटत राहते.''

''माझ्या भावनांचा काही विचार?''

''तू भावनेपेक्षा भावात्मक पातळीवर चिंतन करावंस असं वाटतं.''

इतकं बोलून तिनं निरोप घेतला आणि तो विचार करत घरी परतला; परंतु तिच्या विधानातून त्याला काहीही अर्थबोध झाला नाही.

नंतरची तीन वर्षं एम. एस. होण्याकरता रक्ताचं पाणी केलं. तिच्या भेटीसाठी तो इतका आतुर होऊन गेला. तेनसिंगप्रमाणे त्यानं हेही शिखर सर— केलं. तिनं भेटणं ह्यावर त्याचा आता हक्क होता. पण ह्यावेळी ती आली नाही. तो कातावल्यासारखा झाला. त्याला तिच्यावर चिडण्याकरता सवडही झाली नव्हती. स्कॉलरशिप मिळाल्यामुळे सगळ्यांना अमेरिकेचे लागले वेध होते. अवधी कमी होता. पत्रव्यवहार, फॅक्स आणि शेवटी अमेरिकेला पाठवणी ह्यामध्ये दिवस कसे संपले, हे कळलं नाही. ह्यात भर म्हणजे लग्नाकरता सांगून येणं आणि वधुपरीक्षेच्या सोहळ्यातून जाणं. लग्न करून जावं का आल्यावर लग्न करावं, यावर सातत्यानं बैठकी. शेवटी आल्यावरच करायचं असं ठरवून, लग्नमंडपी जाणारं व्हराड एअरपोर्टवर गेलं.

चेकिंग करून तो आत गेला. पाह्यलं तर 'ती'. त्याच्या चित्तवृत्ती फुलून आल्या;

पण तिच्यावर तो रागावलाही होता. वेळ थोडा होता. नेमकी भूमिका कोणती घ्यावी, हे ठरविता येत नव्हतं.
''तू माझ्याबरोबर येतेस?'' ती पुढे आल्यावर किरणने विचारलं.
''तू म्हणशील तसं.''
''एवढं सोपं आहे का?''
''तिनं पर्समधून पासपोर्ट, व्हिसा सगळंच काढून दाखवलं आणि ती सहजतेनं म्हणाली, ''तू नुसतं हो म्हण आत्ताच तिकीट काढते.''
हो म्हणायचा क्षणभर त्याला मोह झाला. अमेरिकेत तो मावशीकडे उतरणार होता, हिची सोय काय करायची, ह्याचा त्याला प्रश्न पडला. तेवढ्यात ती म्हणाली,
'फरगेट इट्' तुझ्या अचिव्हमेंटच्या मध्ये मी येणं योग्य नाही. मी इथे वाट पाहात आहे म्हटल्यावर तू जोमाने कामाला लागशील. आल्यावर भेटू.''

दोन वर्षं हा हा म्हणता गेली. शिक्षणक्रम संपवून किरण मायदेशी परतला. एयरक्राफ्टच्या शिडीवरून उतरता ती समोरून आली. हातातला गुच्छ पुढे करीत ती म्हणाली,
''तू बाहेर पडल्यावर चाहात्यांचा गराडा तुझ्याभोवती पडेल. मला त्याच्या आत तुला गाठायचं होतं.'' तिच्या मोहकतेने विलक्षण रूप धारण केलं होतं. आतापर्यंत तिची प्रत्येक इच्छा त्यानं पुरी केली होती. महत्त्वाकांक्षा तिची आणि कष्ट किरणचे ह्याची समविभागणी झाली होती. अशीच साथ आयुष्यभर मिळाली तर!
आता तिला नाव विचारायचंच नाही. तिला एकदम सौ. देवधर करून टाकायचं. पहिलं नाव माहीत नसल्यामुळे ते बदलण्याचा प्रश्नच उद्भवत नव्हता. मनात शंका होती, ती तिच्या प्रतिक्रियेची; पण परदेशात राहून आल्यामुळे एक वेगळं धाडस अंगात आलं होतं. एअरपोर्टपर्यंतच तर चालत असताना त्यानं विचारलं,
''वुईल यू मॅरी मी?''
ती पटकन म्हणाली,
''वुई हॅव मरीड लॉंग बॅक.''
कस्टम्समधून तो बाहेर आल्यावर चाहत्यांचा गराडा पडला. देवधरांनी किरणला जवळ घेतलं. त्यांच्या डोळ्यांतून आनंदाश्रू ओघळत होते. रिपोर्टर्स पुढे झाले. त्यांनी अचूक 'तो' क्षण कॅमेऱ्यात पकडला. त्या गडबडीत ती कुठे गेली त्याला कळलं नाही.
त्याच्यासाठी जॉब तयारच होता. म्हणजे तो अमेरिकेहून परतण्यापूर्वीच मनीषा

क्लिनिक आणि हॉस्पिटलमध्ये त्याची जागा राखीव होती.

लग्नसमारंभ पार पडला, पंधराच दिवसांनी तो नव्या क्लिनिकमध्ये जोमानं कामाला लागला. अवघ्या सहा महिन्यांतच त्याचा निष्णात सर्जन म्हणून सर्वतोमुखी लौकिक झाला. त्यामुळं मनीषा क्लिनिकही भरभराटीला आलं. शस्त्रक्रियेचा पेशन्ट किरणचाच आग्रह धरू लागला. किरणला एका क्षणाचीही उसंत मिळेना. दिलेल्या वेळेत तो घरी कधीच जाऊ शकला नाही. त्यामुळे फिरायला जाणं, पिक्चर बघणं, बायकोच्या नातेवाईकांना भेटणं, पार्ट्या अटेंड करणं, कार्यक्रम कुठलाही असो तो कधीच वेळेवर उपस्थित राहू शकला नाही. सौख्य, रुबाब आणि अनामिक थकवा ह्या सगळ्याचा अनुभव तो एकत्र घेत होता.

एकदाच केव्हातरी बायकोला शब्द दिल्याप्रमाणे तो घरी लवकर आला. लवकर म्हणजे त्याच्या घड्याळाप्रमाणे. देवधरांनी किरणला सांगितलं,
"तुझी बायको आत्ताच गाडी घेऊन गेली." त्यानंतर डोळे मिचकावीत ते म्हणाले,
"तुमच्या संकेत स्थळी ती तुझी वाट पाहाणार आहे."
किरण तसाच माघारी फिरला. टॅक्सी करून तो सरळ वरळीला गेला, टॅक्सीतूनच त्याने आपली गाडी कुठे दिसतेय का ते पाहिलं. संपूर्ण वरळी किनारा दोनदा फेऱ्या मारून पिंजून काढला. बायकोचा पत्ता नव्हता. टॅक्सीतून किती वेळ फिरणार? म्हणून त्यानं टॅक्सी थांबविली. आता बायकोलाच तिला हवं असेल तर शोधू दे, असं म्हणत समुद्राकडे पाहत तो कठ्ठ्यावर बसून राहिला.
मनात बायकोचेही विचार होते आणि मनीषा हॉस्पिटलचेसुद्धा.
"काय बायको नाही का सापडली?" बघतो तर ती.
"आज बऱ्याच दिवसांनी आमची आठवण झाली?"
"आता तू चांगला सेट्ल झालायस, तुझ्या आयुष्यातली माझी गरज संपलेली आहे."
"हेच सांगण्याकरता आत्ता आलीस का?"
"नाही, आज एक इशारा द्यायला आलेय."
"बोला."
"नियती एका ठराविक कालखंडात माणसाला हवं ते ते सगळं देते. बँकेच्या भाषेत त्याला 'ओव्हरड्राफ्ट' म्हणतात; पण तिनं रिकव्हरी करायला सुरुवात

केली तर तो हिशेब झेपत नाही. तेव्हाच खरं तर आपण किती ओव्हरड्राफ्टस काढलेत हे माणसाला कळतं. तुझ्या बाबतीत तसं कधीच घडू नये; पण त्यातून वेळ आलीच तर, एकच कर माझ्या सवतीच्या आहारी जाऊ नकोस. मला सवत आहे. आणि मी ज्यांच्या ज्यांच्या बरोबर काही दिवस राहते त्यांना ती गाठल्याशिवाय राहत नाही. ती विलक्षण देखणी आहे. तिच्यापुढे मी म्हणजे कचरा आहे. मला जवळ करताना माणूस दहावेळा विचार करतो; पण माझ्या सवतीच्या आधीन कधी होतो हे त्यालाही कळत नाही. तुझ्यावर मी झडपच घातली, पण ती चोरपावलानं येईल.''

''आणखीन जरा स्पष्टपणे; म्हणजे मला समजेल अशा पद्धतीनं सांगता येईल का?''

''एकदा ती भेटली की तुला माझ्याबद्दल काही वाटणार नाही. त्याबद्दल मला फार काही म्हणायचं नाही. पण एकदा ती भेटली म्हणजे तुझा उत्कर्ष, धडाडी, जिद्द संपली म्हणून समज. स्वत:ला सावरलंस...''

''म्हणजे तुझ्या सवतीला थारा दिला नाही तर...''

''प्रिसाइजली सो.''

''आज तरी नाव सांगणार का?''

''सवतीच्या आहारी गेलास तर तिच्याकडूनच समजेल; पण बाय दॅट टाईम, इट वुईल बी टू लेट.''

''ते आता आम्ही दोघं बघून घेऊ.''

''ओके. इन स्पाईट ऑफ ऑल धिस बेस्ट ऑफ लक.''

त्यानंतरचं वर्ष भरभराटीत गेलं. किरण देवधरशिवाय पेशण्ट इतर डॉक्टरांना अंगाला हात लावू देत नव्हते. आणि अचानक एक दिवस एक क्रॉनिक ॲपेंडीसायटीसची केस टेबलावरच गेली. बड्या घरची बाई असल्यामुळे त्याचा गाजावाजा झाला. 'सर्जनच्या हलगर्जीपणामुळे एक समृद्ध मानवी जीवन उद्ध्वस्त झालं' ह्या स्वरूपाचे मथळे झळकले. मनीषा नर्सिंगहोममधल्या ज्या इतर सर्जन्सना किरणचा लौकिक खपत नव्हता, त्यांनी बुभुक्षित वार्ताहरांना विकृत माहिती दिली. उठलेला गदारोळ आणि प्रक्षुब्ध समाज शांत होईतो, किरण देवधरनं काही दिवस नर्सिंगहोमपासून लांब राहाणं पसंत केलं. काही वर्षांपासून कौतुक करणाऱ्यांच्या गँगला सामोरं जाण्याची किरणला सवय झालेली. आता सहानुभूती दाखवणाऱ्यांच्या गराड्यानं त्याला हैराण केलं. सहानुभूती हा राक्षसच. ती दाखवणाऱ्या लोकांचा अहंकार वाढतो आणि स्वीकारणाऱ्याचं दौर्बल्य. त्या गराड्यात किती प्रकारची माणसं होती? कौतुक

करताना जी माणसं ओवा खात होती त्यांनाच आत्ता सहानुभूती दाखवताना मूठभर मांस चढत होतं.

पुन्हा एकदा एकांत शोधत किरण वरळीच्या बागेत आला. बऱ्याच दिवसांनी त्याला लांबूनच अंगावर खडे मारणाऱ्या अनामिकेची आठवण झाली. तिच्या भेटीगाठींची उजळणी करताना त्याच्या छातीतून एक बारीक कळ आली. आकाशाकडे तोंड करून, डोळ्यांवर आडवा हात ठेवून किरण चक्क उताणा पडून राह्यला. ह्या अपयशानं आपल्यावर जळणाऱ्या आपल्या व्यवसायबंधूंचे अनुभव घेऊन तो हबकला होता. जेवढी विराट कीर्ती, त्याच्या कितीतरी पटीनं अक्राळविक्राळ अपकीर्ती. रस्त्यावरच्या शिपायानं पंचवीस रुपयाची लाच घेतली, तर चौथ्या पानावर बातमी कोपऱ्यात येते. हर्षद मेहताच्या बातमीला पहिल्या दिवशी 'हेडलाईन' मिळते. चौकशी समिती नेमली जाते आणि कालांतरानं त्याचं काय झालं, हे सगळेच विसरतात.

आपल्या आयुष्यात तसा विस्मरणाचा दिवस कधी येणार?

आणि तेवढ्यात अंगावर एक खडा पडला. त्यानं अत्यानंदाने डोळ्यावर आडवा घेतलेला हात काढला. तो उठून बसला. झुळझुळ वाहणाऱ्या झऱ्याप्रमाणे हास्याची लकेर आली. त्यानं त्या दिशेनं पाह्यलं आणि तो सर्दच झाला. इतकं लावण्य असू शकतं? संपूर्ण चांदण्याची मूर्ती घडवली आणि तिला रातराणीचा गंध यावा असा काहीसा चमत्कार. तीच पुढे येत म्हणाली,

"तुझं काहीही चुकलेलं नाही हे मला माहिती आहे. मग तू आपणहोऊनच व्यवसायापासून दूर का राहातोस? क्लिनिकमधल्या लोकांना तू हवा आहेस आणि वर्तमानपत्रवाल्यांनी कितीही बोभाटा केला तरी एखादी केस दगावते असं मानण्याइतपत समाज सुजाण आहे. तुझं हातपाय गाळून बसणं मला मुळीच पटत नाही. हे कुणीतरी तुला सांगायला हवं म्हणून मी तुला गाठलं."

"मग मी काय करू?"

"पुन्हा कामाला लाग, झालं ते विसरून जा."

"इम्पॉसिबल आता स्कालपेल हातात घेतली रे घेतली की सुवर्णाचा चेहराच समोर येत राहील."

"तुम्ही व्यवसायानं सर्जन, ह्या अशा घटना तुमच्या आयुष्यात कधी ना कधी येणार."

"सुवर्णा ही कोणी परकी नव्हती. माझी सख्खी मामी होती. मामीला मारण्याकरता मी ऑपरेशन नाही केलं; पण मामाचं एक जळजळीत वाक्य मला कायम अस्वस्थ करतं... की तुझ्यासारख्या सर्जनकडून ही अपेक्षा नव्हती."

"असलीच विधानं विसरायची असतात."

"प्राविण्य मिळविलेल्या माणसाला कोणतीही चूक करायची आयुष्यात सवलतच मिळत नाही.''

"तू खरं काय घडलं ते आत्तापर्यंत कुणालाही सांगितलेलं नाहीस, मला सांगायला काय हरकत आहे? तू मला सर्व सांग तुला हलकं वाटेल.''

किरणनं तिच्याकडे पाहिलं. पाचच मिनिटांचा परिचय. तरीसुद्धा हिला विश्वासात घ्यावी असं आपल्याला का वाटतंय? जिवाभावाच्या नातेवाईकांच्या जवळ आपण मन खुलं करत नाही आणि दोन तासांच्या प्रवासात भेटणाऱ्या अनोळखी माणसाला किती तरी सांगून बसतो, यामागचं रहस्य काय?

"संबंध नाही म्हणूनच बोलायचं. नात्यातली माणसं ऐकीव गोष्टींचं भांडवल करतात. एकाचं दोन करून दुसऱ्याला सांगतात. मी परकी असल्यामुळे मला तसं करायची काहीच गरज नाही.''

"खरं म्हणशील तर माझी चूक काहीच नाही. ॲनेस्थेटिस्टही चांगला अनुभवी होता. इट् वॉज मिअरली ॲन ॲक्सिडेंट; पण तो मामीच्याच बाबतीत घडावा याचा मला शॉक बसलाय. आणि तो इतका खोलवर आहे की पुन्हा मी सर्जन म्हणून जगू शकेन असं मला वाटत नाही.''

"असं असेल तर काही काळ सर्जरी करून नकोस. मामीचं विस्मरण घडेपर्यंत तू नाईफला हातही लावू नकोस. आठ-पंधरा दिवस कुठे तरी बाहेर जाऊन ये आणि पुन्हा कामाला लाग.''

"अशक्य!''

"तुझ्या मनानंच हे ठरवलं असेल तर नाईलाज आहे. एकच लक्षात ठेव कुणी काहीही म्हणोत मी सतत तुझ्या बरोबर असेन. आता नेमकं काय घडलं ते सांग.''

"मी तुला आता सगळं क्रमश: सांगतो, मामीला बरेच दिवस ॲपेंडीसायटीसचा त्रास होत होता. तिने ऑपरेशन करून घेण्यासाठी मीच भरीला घातलं. काकांनी मला 'सांभाळ' म्हणून सांगितलं. इतकंच नव्हे तर हे असं घडल्यावर 'तुझ्याकडून हे घडायला नको होतं.' असं काका म्हणाले. ते वाक्य मला जिव्हाग्री लागलं आणि त्यानेच मी खचून गेलो. समजलं?''

"तू काय घडलं हे तर सांग.''

"मामीने ऑपरेशपूर्वी मला विचारलं किती वेळ लागेल?''

"मी सांगितलं, फक्त चाळीस मिनिटं. थोडी फॅट जास्त आहे म्हणून थोडा वेळ जास्त. तोपर्यंत ॲनेस्थेटिस्टनं पेशन्टला तपासले. पल्स, बीपी. वगैरे मॉनिटर करायला सुरुवात केली होती. त्यात पल्स ऑक्सीमीटर, कार्डिओस्कोप वगैरे कलेक्ट केलं. नंतर ग्लुकोज सलाईन सुरू केलं. आणि स्वीट ड्रीम असं म्हणत

पेंटोयाल दिलं. नंतर स्कोलीन देऊन ऑक्सीजनेट केलं व पेशन्टला इनट्यूबेट केलं. लगेचच नायट्रस ऑक्साईड ऑक्सिजन देऊन पेशन्ट हॅलोयेनवर कंटिन्यू केला.

तोपर्यंत मी इन्सिजन घेऊन ऑपरेशनला सुरुवात केली, पेशन्ट स्कोलीनमधून बाहेर येत होता. म्हणून अॅक्ट्रा क्युरियम देऊन पूर्ण रिलॅक्सेशन दिलं. पण काहीतरी गडबड वाटली. अॅनेस्थेटिस्ट गोंधळलेला वाटला. पेशन्टची छाती आवळल्यासारखी वाटत होती. ऑक्सिजनेशन व्यवस्थितपणे होईना. पेशन्टला सायनोसिस व्हायला लागलं होतं. त्यानं भराभरा, ऑक्सिजन द्यायचा प्रयत्न केला. इंजेक्शन जे कॉर्टीझोन अमायनोफाईलीन वगैरे दिलं; पण फारसा उपाय होईना. शंभर टक्के ऑक्सिजन दिला; पण मामीची पल्स आणि ब्लड प्रेशर खालीखाली चाललं होतं. रक्तातलं ऑक्सिजन सॅच्युरेझ पल्स ऑक्सीमीटरवर बरंच खाली झालेलं दिसत होतं. आणि एकदम हार्ट थांबलं. कार्डियाक मसाज दिला, इंजेक्शन्स दिली; पण काहीही उपयोग झाला नाही.

कार्डियाक अरेस्टनी मामीनं टेबलवरच प्राण सोडला.''

''इट् वॉज मियरली अॅन अॅक्सिडेंट हेच खरं, पण ते माझ्या मामीच्या बाबतीतच...''

एवढं बोलता किरण कोसळला. त्याला रडू आवरेना. तिने त्याला जवळ घेतलं. त्याचं डोकं मांडीवर घेत ती त्याला थोपटू लागली. दु:ख, आवेगाच्या क्षणीही तिच्या स्पर्शानं तो तरून आला. हात कायम आपल्या केसातून फिरत राहावा असं त्याला वाटून गेलं. सौम्य मंजूळ आवाजात ती म्हणाली,''तू खरोखरच खूप हळवा झाला आहेस. तुला पुन्हा उभा करणं अत्यंत कठीण आहे, तरी काळजी करू नकोस. पुन्हा पहिले दिवस येतील. तोपर्यत मी तुझ्याबरोबर आहे.''

''तुम्हा बायकांचं मला काही सांगू नका. मला घरी गेल्यावर कोण आहे? आता बायकोही वेगळ्या नजरेने पाहते. तू तिच्यासारखीच. तुझ्या मनात येईल तेव्हा मला भेटशील आणि अजून मला तर तुझं नावही माहीत नाही. अशाच कोसळत्या क्षणी मला घरी सावरणारं कोणीही नाही. काकांची तर भीतीच वाटते. जेवण जात नाही. झोप लागत नाही. प्रयासानं राग आवरून धरलेले मामा अधूनमधून भेटत राहतात. तुला गाठावं तर तुझं नाव माहीत नाही आणि पत्ताही.''

''माझं नाव अनु...''

''थँक गॉड, पहिल्या फटक्यात नाव तर सांगितलंस. तिच्यासारखं केलं नाहीस हे बरं. आज अनेक वर्षं मला भेटतेय; पण ठावठिकाणा लागू दिला नाही.

हजारदा विचारलं.
''तिचं नाव मी तुला सांगते, ती माझी सवत आहे. माझ्यावर जळते. तिचं नाव ईर्षा!''
त्याक्षणी तिच्या मांडीवरून तो उठला आणि त्यानं आश्चर्यानं विचारलं. ''ईर्षा?''
''होय, ती माणसाला सातत्याने इरेला घालते. 'आणखीन वरची जागा, आणखीन यश, आणखीन कीर्ती' हा एकच मंत्र तिला माहिती आहे. त्यासाठी तुझ्यासारख्या माणसाला भागदौड करायला लावते. आता पुरे, असं ती कधीच म्हणत नाही. — कारण 'एव्हरी मॅन रिचेस हिज लेव्हल ऑफ कॉम्पीटन्सी' हे इमरसनचं वाक्य तिला माहीत होतं. तिच्यापायी माणसाची दमछाक होते. ते तिच्या गावीही नसतं. जोपर्यंत तो रेसच्या घोड्यासारखा धावत असतो, तोपर्यंत ती त्याला साथ देते. मिळालेल्या यशावर एखादा खूष होऊन तयार झाला म्हणजे ती त्याला सोडते. माझं तसं नाही माणूस थकला की मी त्याला जवळ करते. आता थांब असं त्याला सांगते. एका आयुष्यात माणसानं किती गोष्टी करायच्या, याचं मला भान आहे. 'स्काय इज द् लिमिट' हे वचन जरी सार्थ असलं तरी प्रत्येकाला आपापलं आकाश ओळखता आलं पाहिजे. आपण जास्तीत जास्त किती उंची गाठू शकतो, हे प्रत्येकानं ओळखलं पाहिजे. तुम्ही जसजशी उंची गाठत जाता, तसतसा ऑक्सिजन कमी कमी होत जातो. मी अशावेळी त्या माणसाला अचूकपणे गाठते. शांत रहा म्हणून सांगते. धावण्याचीच सवय लागलेल्या माणसाला थांबण्याचा टप्पा सोसत नाही. तो हताश होतो इथेच माणसाला खरी सावली हवी असते. अनुकंपा हवी असते. नेमकी तीच मिळत नाही. डोक्यात लख्ख प्रकाश पडून किरणनं विचारलं,
''अनु, हे अनुकंपेचं संक्षिप्त रूप आहे का?''
ती नुसती हसली आणि त्याला खूप मोकळं वाटलं. आत्तापर्यंतचे पळापळीचे दिवस त्याला आठवून गेले. दहावीपासून जी विजयाची नशा चढली होती, त्या नशेमध्ये आपण खरोखरचे ऑक्सिजन संपेल अशा उंचीपर्यंत पोहोचलो असतो, हे त्याला जाणवलं. त्यापूर्वी कुणीतरी 'थांब!' असं म्हणणारं भेटायला हवं होतं. समाजाला फक्त टाळ्या वाजवायला हव्या असतात, प्राण कुणाचाही जावो, अर्थात निष्क्रीय माणसं दुसरं काय करणार? टाळ्या वाजवायचे श्रम घेतात हेच खूप झालं.
''ठरलं, इथंच थांबायचं हिच्या सहवासात, विश्रांतीचं महत्त्व हिला समजलंय आणि तसंच पाहायला गेलं तर उपजीविकेकरता माणसाला असं काय जास्तीचं लागतं? करियर करियर म्हणता म्हणता गेल्या काही वर्षांत आपण आयुष्य एन्जॉय केलं म्हणजे काय केलं? एन्जॉयमेंटकरता दिवसाचे तास रिकामे हवेत

की नकोत? आपल्या बायकोचा आपल्यावरचा रोष रास्त आहे. काम कराल तेवढं अपुरंच आहे. पण स्वत:साठी स्वत:चे असे काही तास हवेत की नकोत?

आयुष्यात इतर आनंद आहेत की नाहीत?

'वर्क इज वर्शिप' हे जरी खरं असलं तरी समृद्ध जीवनाचा आनंद कधी घ्यायचा? पैसा मिळाला, कीर्ती मिळाली; पण जग कुठे पाह्यलं?

निसर्गाशी एकरूप झालो का? विश्वातली आश्चर्य पाहिली का? अनंत हस्ते त्या शक्तीनं सौंदर्य, संगीत, निसर्ग, पानंफुलं, कोसळणारे प्रघात, पशुपक्षी इत्यादींचा वर्षाव केला. ते वैभव डोळे भरून पाहणं आणि जळीस्थळी त्या शक्तीला पाहणं ही वर्शिप नाही का? इथून पुढे वर्शिपची व्याख्या बदलायची. जगातली सर्वांत मोठी संपत्ती म्हणजे प्रत्येकाबद्दल मनात अनुकंपेचा स्रोत वहात राहिला पाहिजे, हीच.

आज शांत मनाने तो घरी आला. अजूनही घरात कुणी ना कुणी मामीचा आणि त्यापाठोपाठ ऑपरेशनचा विषय काढत होतं; पण किरणला त्याबद्दल काहीच वाटलं नाही. तो क्लिनिककडे फिरकला नाही. अशाच एका संध्याकाळी किरण बाहेर जायला निघाला. बायको म्हणाली,'चला, मी पण येते' पण अचानकपणे वाटेत अनुकंपा भेटेल का या विचाराने त्याने बायकोला थांबविलं. तो वरळीला नेहमीच्या जागेवर येऊन बसला.

आणि आज ती भेटली.

"या ईर्षा बाई."

"माझ्या सवतीनं शेवटी तुला माझं नाव सांगितलं तर. ह्याचा अर्थ तिनं तुला झपाटलं."

"झपाटलं होतंस तू. तिनं मला अंकित केलं."

"तिचं हेच मोठं सामर्थ्य आहे. गारूड करते. मी तुला उंच शिखरावर नेलं होतं. शिखरावर पोहोचलं की खाली पाहायचं नसतं. भोवळ येते. त्या स्थानावरून आपल्या उंचीची आणि त्यापेक्षा जास्त उंचीची शिखरं पाहायची असतात."

"आणि ती गाठायची असतात. म्हणजे पुन्हा भागदौड."

"अर्थात. शिखरांमध्ये विविधता असते."

"सपाटीमध्ये सातत्य असतं."

"म्हणूनच सपाटीला नावं नसतात. विंध्य, सातपुडा, सज्जन गड, सिंहगड, दौलताबाद, गौरीशंकर ही नावं कुणाची आहेत? कौतुक कुणाच्या वाट्याला येतं? हाड शब्दामागे पर्यटनातलं 'प' लागला म्हणजेच त्याचा 'पहाड' होतो. नुसतं हाड म्हटलं की ते कुत्राही चघळतो."

''जे असेल ते. शिखरावरून खाली आलं म्हणजे त्याच शिखराची दहशत वाढते.''
''आता तू संपलास. त्या अनुकंपेनं, माझ्या सवतीनं तुला जमिनीवर पण ठेवलं नाही. थेट दरीत नेलं. दरीतून शिखर पाह्यलं म्हणजे त्याची उंची आहे, त्यापेक्षा दुप्पट होतं. आता तुला जमिनीपर्यंत आणायचं म्हणतानाच तुझी दमछाक होईल. तुला वर आणण्यात मी माझा वेळ बरबाद केला. आता तू त्या अनुकंपेच्या शालीत खुशालीत रहा. मी येते.''
जे घडायला नको ते किरणच्या बाबतीत घडलं. आता तो सगळ्या नातेवाईकात फिरतो. नातेवाईकांना —काहींचा अपवाद वगळला तर— किरण पुन्हा नावारूपाला यावा, असं कुठं वाटतंय? ते त्याला नुसता धीर देतात. नातेवाईकांची मुलं जी जेमतेम बी. कॉम. झाली आणि बँकेत चिकटली ती आरामात आहेत. फारशी महत्त्वाकांक्षा नाही म्हणून मजेत आहेत आणि जेमतेम बुद्धी असूनही बँकेत आहेत म्हणून यथास्थित कमावताहेत.
सहा महिने किरण असाच अनुकंपेच्या साम्राज्यात वावरत होता आणि मिडीऑकर लोकांच्या सहानुभूतीनं समाधान मानून जगत होता.

सहा महिन्यांनी प्रथमच त्याच्या बायकोनं मनस्विनीनं त्याला लवकर उठवलं. आंघोळ करायला लावली. तिची आंघोळ अगोदरच झालेली होती. तिनं ब्रेकफास्ट तयार ठेवला होता. ब्रेकफास्ट झाल्यावर किरण जेव्हा बेडरूममध्ये आला, तेव्हा तिनं दरवाजा बंद करून घेतला. किरण बघतच राह्यला. पुढे येत मनस्विनीनं विचारलं,
''मी तुम्हाला हवी आहे का नको आहे?''
''भलतंच काय काहीतरी विचारतेस?''
''मी कायम माहेरी जायचं ठरवलं आहे.''
''मग मी कुणाकरता जगू?''
''माझ्यासाठी जगताय?''
''मग राह्यलंय काय? करियर तर गेलीच.''
''असं कोण म्हणतं?''
''दहावीपासून यश मिळवलंत ते कष्ट करूनच ना?''
किरणनं मान हलवली.
''कष्टाशिवाय जगात काय मिळतं?''
''पण मध्येच हे अपयश...''
''ते कष्ट करणाऱ्यांनाच मिळतं. निष्क्रीय माणूस अपयशी झालाय? एखाद्या

ड्रायव्हरच्या हातून ॲक्सिडेण्ट होतो, म्हणून तो ड्रायव्हिंग सोडतो काय? निष्क्रीय माणसाला डिप्रेस होण्याचा अधिकारच नाही. तुमचा लौकिक आकाशातून पडत होता का? कौशल्य मिळवलेल्या हातात आकाश असतं. तुमचं आकाश तुमच्या मुठीत आहे. 'कराग्रे वसते लक्ष्मी' म्हणतात ते कशाच्या जोरावर? करमध्ये असलेल्या सरस्वतीच्या आधारावर. त्या सरस्वतीला डावलू नका. तुमच्या बोटांच्या साहाय्यानंच ती लोकांना व्याधीमुक्त करणार आहे. इतर काहीही म्हणोत. पण ऑपरेशन टेबलवर अचानक, चुपचाप गेलेली मामी तुम्हाला दोष देत गेली नाही. ती शुद्धीत असताना गेली असती तर म्हणाली असती, 'यू ट्राईड युवर बेस्ट. मी माझ्या प्राक्तनानं मरतेय. मनाला लावून घेऊ नकोस. प्रॅक्टीस सोडू नकोस. इतके दिवस बोलले नाही. कोणत्या संभ्रमात होतात, कुणाचं ऐकत होतात, एकटे फिरत होतात. मी चौकशी केली नाही. मामी मरावी हा तुमचा हेतू नव्हता. 'मन शुद्ध तुझं, गोष्ट हाये पृथ्वीमोलाची' हाच मंत्र खरा. बाकीचं मळभ. मी कालच क्लिनिकला फोन केलाय. परवा सगळ्यांना भेटून आले. ते तुमची वाट पाहात आहेत. यू आर स्टील वॉण्टेड बाय एव्हरीबडी. आणखीन वेगळं पर्पज हवं कशाला? उठा. तयारी करा. तुमच्याबरोबर मास्क आणि गाऊन घालून मीपण थिएटरमध्ये येणार आहे. माझं नाव मनस्विनी आहे. नऊचं ऑपरेशन आहे. बी रेडी —''

मनस्विनीच्या अनोख्या रूपाकडे तो बघतच राहिला. तेवढ्यात त्याचं तिच्या उजव्या हाताच्या तळव्याकडे लक्ष गेलं. तो काळानिळा झाला होता.

''तुझ्या हाताला काय झालं?''

''आम्ही वर्षानुवर्ष स्वयंपाक करतो, पण आमच्याही हातावर अजून पोळीतली वाफ येते किंवा तापलेल्या तव्याचा काठ लागतो. तुम्हाला जेवताना गरम गरम फुलका मिळतो ना. आम्ही स्वयंपाक सोडला नाही ना?''

इतका मामुली दृष्टांत फार काही सांगून गेला.

बरोबर साडेआठला किरणनं पोर्चमधून गाडी काढली. शेजारी मनस्विनी होती. कंपाऊंडच्या बाहेरच ईर्षा आणि अनुकंपा उभ्या होत्या किरण म्हणाला,

''तुमच्या दोघींचीही मला गरज नाही. अलविदा.''

मनस्विनीला फक्त 'अलविदा' ऐकू आलं तिनं विचारलं,

''कुणाला म्हणालात अलविदा?''

''भूतकाळाला.''

✦

हेवा

असं खरं म्हणजे क्वचित घडतं!
बहुतेक ठिकाणी हिशेबी नवऱ्याला बेहिशेबी बायको, उतावीळ नवऱ्याला थंड रक्ताची बायको आणि अघळपघळ स्वभावाच्या बाईला हमखास घुम्या, माणुसघाणा नवरा मिळतो. ह्या सगळ्या गोष्टी जणू ठरलेल्या आहेत. मधुकर मात्र ह्या सगळ्या नियमांना अपवाद ठरला आहे.
असं खरं म्हणजे क्वचित् घडतं. पण मधुकरच्या बाबतीत ते घडलं आहे. मधुकर पहाटे पाचला फिरायला जाऊ म्हणाला तर माधवी, चार वाजता का नको म्हणून विचार करते. मधुकरच्यापुढे चार पावलं धावण्याची तिची इच्छा. नुसती इच्छा नव्हे तर कृतीही करण्याची तयारी! मधुकरला तिच्या ह्या स्वभावाचं कौतुक होतं, अभिमान होता. ते दोघे दिसायला नवराबायको होते. असायला होते ते जिवाभावाचे मित्र! मधुकर बाहेरून आला आणि माधवी घरात नसली तर त्यानं आजपर्यंत 'कुटुंब कुठं आहे?' किंवा 'सौ. कुठे आहे?' असं कधीही विचारल्याचं मला आठवत नाही. त्याचा शब्दप्रयोग ठरलेला असायचा, 'आमचा पार्टनर कुठं आहे?''
—आणि माधवी 'पार्टनर' ह्या पदवीला लायक होती.
ह्या दोघा पार्टनर्सना जीवनात चैतन्य हवं होतं. काहीतरी वेगळं घडावं ही भूक होती. पण नक्की काय घडायला हवं आहे याचं त्यांच्याजवळ उत्तर नव्हतं. आपल्याजवळ उत्तर नाही ह्याची खंतही नव्हती. त्यांना हवा होता काहीतरी 'थ्रिल्.' पण सगळ्यांच्या वाट्याला येणारी धकाधकी त्यांच्याकडे पहातही नव्हती.
काहींचं जीवन असं असतं. चालताना त्यांच्या चपलेचा अंगठा कधी तुटत नाही. प्रवासाला निघाले. अगदी गर्दीच्या मोसमांत, तरी ह्यांना उभ्यानं प्रवास घडला असं होत नाही. ट्रंकेच्या किल्ल्या हरवणं, रेडियोतला व्हॉल्व्ह जळणं किंवा नुकत्याच आणलेल्या टीसेटमधला एखादा कप फुटणं, अशा क्षुल्लक घटनाही कांहीच्या जीवनात घडत नाहीत. ह्या घटना वास्तविक क्षुल्लक आहेत; पण त्या घडल्यावर होणारा मनस्ताप मात्र क्षुल्लक मानायला मी तयार नाही. मधुकर-माधवीच्या जीवनात ह्यातलं काहीच घडलं नव्हतं आणि ते म्हणत घडणारही नाही. मग दोघांची धावपळ चालू व्हायची. नवा उपक्रम चालू

व्हायचा. त्या दोघांनी मला त्यांचा एकमेव श्रोता बनवला होता.
एकदा त्यांच्यामाझ्यात वाद झाला. वाद सुरू करतानाच त्यांनी माझ्यासमोर ठरवलं. 'हरणाऱ्यानं स्वखर्चानं हॉटेलचं जेवण द्यायचं.'
''जिंकणारा सांगेल त्या हॉटेलांत.'' माधवीनं आणखीन अट घातली. अट घालणारी माधवी हरली. मधुकरनं अट घातली.
''जेवण दिवाडकरकडे हवं.''
''हात्तिच्या, एवढंच ना!''
''मुंबईच्या नव्हे तर पुण्याच्या.''
— आणि दोघंही दुसऱ्या दिवशी पुण्याला जाऊन आली.
— माझेच दुसरे पडोसी भाऊकाका ह्यांच्या मते मात्र हा सगळा वाह्यातपणा होता. परमेश्वरानं दिलेल्या बहुमोल आयुष्याची उधळपट्टी होती. 'आयुष्य म्हणजे परमेश्वरानं सांभाळायला दिलेली ठेव' हा त्यांचा सरळ हिशेब होता. रुपयाची नोट बारीक घडी करून ठेवलेली त्यांना चालायची नाही. फार तर एक घडी कुठल्याही नोटेला असावी. त्याचप्रमाणे मोड खुळखुळ्यासारखी वाजवणं, नाणं हवेत उडवणं हेही त्यांना पसंत नसे. लक्ष्मीला लक्ष्मीच्या ईतमामानं वागवली पाहिजे, हा त्यांचा कटाक्ष! अशा भाऊकाकांना मधुकर-माधवीचं वागणं म्हणजे उच्छृंखलपणा वाटल्यास नवल नव्हतं. सात्त्विक संतापानं त्यांनी विचारलं होतं.
''लेको, पण केलंत् काय पुण्याला जाऊन?''
माधवीनं विचारलं,''प्रत्येक वेळेला काहीना काही केलंच पाहिजे म्हणून कुणी सांगितलं! जाताना-येताना रम्य वनश्री पाहिली. धुकं तर इतकं पडलं होतं, घाटांत, की गाडीच्या पारदर्शक काचा दुधी काचेसारख्या वाटत होत्या. दोन्ही वेळेला गाडी रिकामी होती. भाऊकाका, तुम्ही कधी डब्याचा दरवाजा उघडून पाय बाहेर सोडून बसला आहांत का हो?''
''मला खिडकीजवळ बसायची भीती वाटते.'' संयमानं भाऊकाका उत्तरले.
आम्ही सगळे हसलो. भाऊकाका पुढं म्हणाले,
''गाडी चालू असताना येणारा वारा तेवढा आलददायक नसतो. गाडीची खिडकी म्हणजे ती चालत असताना भणभणणारा वारा आणि गाडी थांबली असताना घुसवल्या जाणाऱ्या बोजड ट्रंका, अशी व्याख्या आहे माझी. लहानपणी अशी एक खिडकीतून ढकललेली ट्रंक माझ्या पायावर पडली होती, तेव्हापासून मी खिडकी टाळतो. चुकून मिळालीच तर ती शेजारच्या माणसाला देऊन त्याचा धन्यवाद मिळवतो.''
''मग भाऊकाका, तुम्ही नुसता प्रवास केलात, त्यांतला कैफ लुटला नाहीत. ज्याची नशा चढत नाही तो प्रवासच नव्हे. आख्खी गाडी रिकामी असताना

आम्ही दरवाजा उघडा टाकून बाहेर पाय सोडून बसलो होतो. ढग भेटायला आल्यासारखे वाटत होते.''

''आचरट आहात!'' भाऊकाका चिडून म्हणाले. पण तेवढ्यानं माधवीचा हिरमोड झाला नाही. त्याच उत्साहात ती पुढं म्हणाली.

''दिवाडकरकडचं जेवणही मस्त वाटलं. भलतीच टेस्ट आली होती.''

ट्रिपचं वर्णन वाढत्या बहारीनं चाललं होतं. भाऊकाकांचा पाराही वाढत्या प्रमाणात होता. आणि मनुष्यस्वभावाची दोन टोकं मी एका वेळी पाहू शकत होतो म्हणून माझ्याही लाईफला भलतीच टेस्ट आली होती!

माझ्या खोलीत हे प्रकार नेहमी घडतात. मधुकर-माधवीचे नवीन बेत माझ्याचसमोर ठरवले जातात. भाऊकाकांकडून टीकास्त्र सोडलं जातं तेही माझ्याच खोलीत! अशी जरी परिस्थिती होती तरी तिघांचं एकमेकांवर अमाप प्रेम होतं. एकमेकांच्या जीवनाबद्दलच्या दृष्टिकोनावर हल्ले चढवतानाही त्यात कुत्सितपणा नव्हता.

चार दिवसांचं आयुष्य जेवढ्या विविधतेनं घालवता येईल तेवढ्या तऱ्हेनं घालवायचं, हा मधुकर-माधवीचा संकल्प होता. एकमेकांच्या ह्या जुळलेल्या वृत्तीनुसार दोघांनीही आणखीन् पाश निर्माण केले नव्हते. भाऊकाका ह्याही विषयावर पोटतिडीकेनं बोलायचे. पुरुषाची तिशी उलटायच्या आत त्याला मूल व्हायला हवं. म्हणजे पन्नाशी पार पडेपर्यंत मुलगा हातातोंडाशी येतो. पहिली मुलगी झाली तर काय, हाही विचार डोक्यात हवा. भाऊकाकांच्या ह्या कोष्टकाप्रमाणे मधुकर-माधवीला एव्हाना दोन मुलं व्हायला हवी होती. मीही कधी कधी त्यांना ह्या प्रश्नावर हटकायचा. मधुकरचं उत्तर ठरलेलं.

''काहीतरी विशेष करून पाहाण्याचा हिचा उत्साह अजून ओसरलेला नाही. मलाही स्वच्छंदी जीवन आवडतं. आम्हा दोघांच्या वृत्तीत अजून पोरंबाळं बसत नाहीत. तोपर्यंत मी एवढंच म्हणतो, सोसता सोसेना-संसाराचा ताप! त्याने आईबाप होऊ नये!''

टाळी मागायच्या आधीच माधवीचा हात टाळीसाठी पुढं झालेला असायचा!

आज दाढी करत असतानाच मधुकर खोलीत आला.

''पेपर वाचलास?''

''वाचला.'' आरशात पहात मी म्हणालो,

''आता बुल्गॉनिन-रूरूश्चेव टिळक-ब्रिजवरून जाणार आहे.''

''मग आपला बेत काय?''

''मी आणि माधवी ब्रिजवर जाऊन उभे राहाणार.''

“हं, पळा पळा, पहा त्याला एकदा म्हणजे कृतकृत्य व्हाल!” पाळतीवर असलेले भाऊकाका पाठोपाठ येत म्हणाले.
“भाऊकाका, एवढं काय बिघडलं त्यात” — मी मुद्दाम डिवचलं.
“बिघडायचंय् काय, पण ह्यांची ती एनर्जी एवढी का वाया जाते?”
“पण तुम्हाला-मला ते नवीन आहे का?”
“आता उन्हातान्हात धडपडत निघायचं. टिळक-ब्रिजवर ही गर्दी झाली आहे. त्यात ह्यांची भर. डोक्याला हॅट घालायची नाही. फॅशन म्हणून बायकांनी छत्री घ्यायची नाही. दोन तास उभं राहून अंगातून पाणी काढायचं आणि केव्हातरी वेगानं जाणारी ती मोटार चुटपुटती पाहायची! काय पाहाणार आहात कुणास ठाऊक! नाकाच्या ठिकाणी नाक तोंडासारखं तोंड—कातडीचा रंग जरा निराळा.
“भाऊकाका, तुम्हीपण गुपचुप तिकडेच निघालात का?” मधुकर चिडवायला तयार होईना तेव्हा मीच पुढाकार घेतला.
“अशक्य. अशक्यातली गोष्ट. कोणत्याही गर्दीच्या ठिकाणी मी जात नाही. बायकोला पाठवत नाही. पोरांना फिरकू देत नाही. काही घोटाळा झाला, चुकामूक झाली—मारामारी. दंगल—काही नेम सांगता येतो? कोणतंही गर्दीचं ठिकाण आणि कुठलीही बँक ह्यांच्यासमोर मी कधीही रेंगाळत नाही.”
“का, का? बँकेचा काय संबंध?”
“अहो, मध्येच कुणी दरवडा घातला तर पहारेकऱ्याची गोळी चोराला सोडून नेमकी आम्हालाच लागायची!”
आम्ही मनसोक्त हसलो.
“बाबारे, मोठ्या मिनतवारीनं मिळालेला मनुष्यजन्म. फार जपला पाहिजे. फार जपला पाहिजे.”
“बरं पण भाऊ, तुम्ही निघालात कुठं हे तर सांगाल?”
“डॉक्टरकडे.”
“का? कुणाला बरं नाही?”
“चिरंजीव क्रमांक तीन. पडसं!”
“पडशासाठी डॉक्टर कशाला मग?”
“हवा. गेल्या पंधरवड्यात तिसऱ्यांदा सर्दी ही. सर्दीमुळे खोकला. कफ छातीत बसला तर वाईट. न्यूमोनियावर गेलं तर सांगावं कुणी? सर्दीचं दुखणं क्षुल्लक नाही. मला डॉक्टरकडे जायला हवं.”
गोवा आंदोलनाला तोंड लागलं होतं. अत्याचाराच्या बातम्यांनी वर्तमानपत्रं भरत होती. रोज तुकड्या पाठवल्या जात असल्याच्या हकीकती समजत होत्या. एके दिवशी माधवीवहिनी एकटीच खोलीत आली. अधीरपणे सांगू लागली.

"भावजी, तुम्हाला एक सांगायला आले आहे. कृपाकरून त्यांच्याजवळ बोलू नका."

"वहिनी, नवराबायकोमधे कुठलाही विश्वस्त नेमू नये. आणि एखाद्या जोडप्याची तशी इच्छा असलीच तरी कुणी मध्यस्थ राहू नये."

"का?"

"मध्यस्थ राहाणाऱ्याचा मृदुंग व्हायला वेळ लागत नाही."

"भावजी, चेष्टा पुरे. तुम्हाला खरंच विशेष बातमी सांगणार आहे."

"बोला,"— मीही गंभीर झालो.

"मी गोव्याला चालले आहे."

"काय म्हणालात?"

"एवढं नवल काय वाटलं त्यात? मी गोव्याला चालले आहे."

"वहिनी, एवढंच फक्त करू नका. काही तरी विलक्षण घडायला हवं म्हणून असं काही करू नका."

"भावजी, आता कुणाचीही रदबदली माझा निश्चय बदलू शकणार नाही. सगळं ठरल्यासारखं आहे. आता आठव्या तुकडीचं नेतृत्व मी करणार आहे."

"वहिनी, माझं ऐका."

"जमायचं नाही. आता पाऊल मागे घेता येणार नाही. का चेहरा टाकलात? तुम्ही तर अभिनंदन करायचंत. मला काहीतरी घडायला हवं होतं. ती संधी आता मिळाली आहे. जन्माला आले तसं काही कार्य घडू दे हातून. ह्या जीवाला जरा श्रम घडू देत. नाहीतर आपलं आहेच नेहमीचं मिळमिळीत जीवन. त्यात काही चार्म नाही. वेळ आली आहे आता वेगळेपण हवं आहे. तेज हवं-वेग हवा. अच्छा, मी निघते. आत्ता मिटींग आहे. मी गेले. ह्यांना सांगू नका."

"वहिनी...वहिनी..."

माधवी गेली होती. मी सुन्न झालो होतो. काही सुचत नव्हतं. तेवढ्यात मधुकर आला. नेहमीच्याच धांदलीनं. गडबडीनं.

"वशा, एक बातमी सांगणार आहे. हिला कळवू नकोस. जरा चकित करणार आहे. नेहमी चिडवत असते 'तुमच्यात गटस् नाहीत.' म्हणून. आता दाखवतो."

माझ्याकडून प्रतिक्रिया घडली नाही. मला हलवीत तो म्हणाला,

"काय समजलं?"

"सांगायच्या आधीच?"

"अरे हो, काय ते सांगितलं नाही. नाही का? सांगतो. फक्त माधवीला कळवू नकोस. मी चाललोय गोव्याला. दहाव्या तुकडीबरोबर."

—माझा आवाज निघणं शक्यच नव्हतं. तो भारावून बोलत होता,
''आता खरा हवा तो रंग येणार आहे. मला मी शोधत होतो ते मिळणार आहे
थोर देशभक्तांची परंपरा मी पुढं चालवणार आहे. एवढं मोठेपण काही मी
माझ्याकडे घेत नाही. माझी तेवढी योग्यताही नाही. सर्वस्वाचा होम करणारी ती
माणसं! माझी आपली एवढीशी ठिणगी त्यापुढे! — पण मला तेवढी ऊब पुरे,
तेवढं तेजही पुरे. अच्छा. जगलोवाचलो तर भेटेन. जगलो नाही तर जीवनाला
अर्थ येणार आहे, वाचलो तर..''
— मी अक्षरश: भांबावून गेलो. शिबिरात गेल्यावर मधुकर-माधवीला निश्चित
भेटणार होता. त्यांच्या बैठकीही एकत्र होणार होत्या. ते सर्व ठीक होणार होतं.
दोघांनी आपले मनसुबे स्वतंत्र रचले होते, ह्याला महत्त्व होतं!
माझ्यापेक्षा भाऊकाका जास्त दिपले. अगोदर त्यांचा विश्वासच बसेना. काही
तरी करण्याचं वेड एवढा काही विलक्षण आकार घेईल, हे त्यांना अजमावताच
येईना. सुन्न होऊन पलंगावर बसले. हळहळले. मग त्यांना चिंता वाटू लागली.
आणि मग थोड्याच वेळात आपण ह्या वेळी चिडायला हवं, ह्याची त्यांना
जाणीव झाली. मग भाऊकाका उसळले. त्यांनी पुन्हा दोघांच्या बेछूट
जीवनक्रमावर, विचारांवर तोंडसुख घेतलं. मग त्यांना शांत वाटलं. डोळे पुसत
बाहेर जात ते म्हणाले,
''पोरं वेडी आहेत—फार वेडी आहेत.''
गोवा आंदोलनानं मग उग्र स्वरूप धारण केलं. त्याचे पडसाद मुंबईच्याच नव्हे
तर महाराष्ट्राच्या कानाकोपऱ्यांतून उठले. कोणत्या क्षणी इथंही काय होईल,
ह्याचा नेम नाही. म्हणून भाऊकाकांनी चार दिवसांची रजा घेतली. स्वत: ते
घरातून बाहेर पडले नाहीत.
मुलांनाही शाळेत जाऊ दिलं नाही. तरीपण म्हातारा रेडिओवरच्या बातम्या
पुन्हापुन्हा ऐकायचा. पेपर दहा वेळा वाचायचा, आणि या दोघांचं नाव शंभरदा
घ्यायचा. ती दोघं सुखरूप परतेपर्यंत रात्रीचं जेवण बंद केल्याचं त्यांनी
सांगितलं. कोपऱ्यावरच्या मारुतीला नवसही बोलून टाकला!

चार दिवसांनी दोघंही सुखरूप परतली. मधुकरच्या पायाला पट्ट्या बांधल्या
होत्या. माधवीच्या केसालाही धक्का लागला नव्हता. ती पुन्हा पुन्हा म्हणत
होती,
''माझ्यापेक्षा हे लकी निघाले. मला काही झालं नाही. ह्यांना कमीतकमी लाठी
तरी लागली.''
भाऊकाका वैतागून म्हणत होते, ''चार रात्री जेवलो नाही. थकवा आलाय्.

ॲनिमिक वाटतंय, बी कॉम्प्लेक्सच्या गोळ्या घ्यायला सांगितल्या आहेत. मारुतीला नवस बोललो होतो. थांबा लेको, औषधाचे आणि नवसाचे दोन्हीचे पैसे तुमच्याकडून वसूल करतो.''

थोडेच दिवस लोटले आणि संयुक्त महाराष्ट्राची चळवळ सुरू झाली. पुन्हा सगळीकडे अस्थैर्य-धावाधाव-उत्सुकता-मिरवणुकी-घोषणा चालू झाल्या. भाऊकाका वैतागले. मधुकर-माधवीच्या जीवनाला पुन्हा वेग आला. दोघं सतेज दिसू लागली. पूर्वीच्या उत्साहानं धावाधाव करू लागली.
''वसंतराव, आम्ही निघालो. आज पर्वणीचा दिवस आहे.''
दोघं जण खोलीत येत म्हणाली.
''चौपाटीवर आज सभा आहे. पुढे फाऊंटनला मोर्चा न्यायचा. ह्या वेळेला मात्र आम्हाला मध्यस्थ नको. आम्हीबरोबर जाणार.''
''म्हणजे आमचा मृदंग केलात तर,'' गंभीर असून मी तसं म्हणालो आणि सगळे हसलो. समवयस्क असूनही दोघांनी मला वाकून नमस्कार केला. भाऊकाकांनी त्यांचा नमस्कार घेतला नाही. ते एवढंच म्हणाले,
''ज्यांचं ऐकावंसं वाटतं— त्यांनाच नमस्कार करावा.''
—मधुकर-माधवी हसत निघून गेली. काहीच न विचारता भाऊकाका म्हणाले,
''मी पुन्हा चार दिवसांची रजा घेतली आहे. घरातून अजिबात बाहेर पडायचं नव्हतं; पण मोठा मुलगा गिरगांवात गेलाय्. त्याच्या काकाकडे. त्याला आणावं की काय ह्या विचारात आहे. अशा परिस्थितीत सगळी पिल्लं जवळ असावीत. दोन पिल्लं उडाली आहेत —त्याला इलाज नाही; पण माझं आकाश तोकडं आहे आणि त्यांच्या पंखात ताकद लवकर आली आहे!''

संध्याकाळी सात वाजता मधुकर-माधवी आली. त्यांचे चेहरे उतरले होते. त्याचं कारण मला समजलं होतं. दोघांपैकी एकालाही कुणी पकडलं नव्हतं; लाठी मारली नव्हती, की त्यांना पुसटती गोळीही लागली नव्हती. ह्या सर्व गोष्टींचं त्यांना अमाप दुःख वाटत होतं. सगळा देश आंदोलनात हादरला होता; पण ह्या दोघांचं जीवन मेरूपर्वताप्रमाणे निश्चल होतं.
दोघं चुपचाप पलंगावर बसली. मीच चेष्टेनं म्हणालो, ''वहिनी, अगदी तुम्ही बंदुकीच्या नळीसमोर उभे राहिलात तरी काही व्हायचं नाही. नेमक्या तेव्हाच पोलिसांच्या जवळच्या गोळ्या संपलेल्या असतील. तुमच्या जीवनात क्रांती एकदाच होणार. घरात पाळणा हलेल तेव्हा!''
तरी दोघं गप्पच होती. त्यांनी ही गोष्ट एवढी लावून घ्यावी, ह्याचं मला आता

नवल वाटलं. मी मग अधीरपणे काहीसा ओरडलोच,

"तुम्हाला एवढं झालं काय?"

प्रश्नासरशी मधुकरच्या डोळ्यात पाणी आलं. माधवी तर त्याच्या खांद्यावर डोकं टेकून रडूच लागली. न बोलता मधुकरनं अंक पुढं टाकला. लाठीहल्ला-अश्रूधूर आणि गोळीबाराच्या भयानक बातम्या त्यात छापल्या होत्या. गोळीबारात कामी आलेल्या लोकांची हुतात्म्यांची यादी होती आणि पंचेचाळिसावा हुतात्मा म्हणून भाऊकाकांचं नाव ठळक जागी छापलं होतं.

मधुकर-माधवीच्या अश्रूत भाऊकाकांचं प्रेम तर होतंच होतं; पण त्याहीपेक्षा हे भाग्य आपल्या कपाळी नसल्याचा हेवाही होता! निदान मला तसं वाटलं खरं!

◆

सावधान!

बंगल्याचं फाटक नीट बंद करून रस्त्यावर येतो न येतो तोच कानावर हाक आली, "केशवराव, अहो केशवराव!"

मी वळून पाहिलं. घारूअण्णा लगबगीनं सायकलवरून उतरले.

"कुठं, कॉलेजला का?" —

"होय!"

"छान छान. निरोप कळला ना?"

"कसला?"

"पाहिलंत, वासूला तीनतीनदा बजावलं. छे, जो दुसऱ्यावरी विसंबला त्याचा कार्यभाग बुडाला. बरं झालं, मला यायची बुद्धी झाली ती."

—मी घड्याळाकडे पाहिलं. कॉलेजला उशीर होत होता.

"आज संध्याकाळी परांजपे मंडळींना घेवून येतोय्. पुढची बोलणी करायला."

"पुढची बोलणी?" उलगडा न झाल्यानं मी विचारलं.

माझ्या अज्ञानाची कीव करीत घारूअण्णा म्हणाले, "वा राव, तो तर महत्त्वाचा भाग. आता तुम्ही मुलगी पसंत आहे म्हणालात, तुमचे वडीलही म्हणाले, मुलगी लाखात एक आहे म्हणून. तेव्हा व्यवहारात कुणी अडवून धरेल असं वाटत नाही."

पहिल्या वेळेला वाटला त्यापेक्षा म्हातारा जास्त जादा वाटू लागला. चेहऱ्यावर स्पष्ट नाराजी दाखवीत मी म्हणालो,

"ते आता आमचे दादा व परांजपे मंडळी पाहून घेतील." पण ह्या हल्ल्याने डगमगून न जाता घारूअण्णा चिवटपणे म्हणाले,

"अहो, परांजपे व आम्ही एकच. बावीस वर्षांचा घरोबा आहे महाराज. गेल्या बावीस वर्षांत नऊ मुलींची लग्नं जमवलीत—दोनशे दोनशे रुपयांत. आता लग्न जमवणं म्हणजे सायकलवर टांग मारण्याइतकी सोपी बाब झाली आहे."

—मला हसू आवरेना, कारण घारूअण्णांना अजून सायकलवर टांग मारून बसता येत नाही, हे मला माहीत होतं. मागच्या चाकाच्या पीनूवर पाय ठेवून, थोडा वेळ सायकलबरोबर पळून मग ते सीटवर बसतात, ह्या सगळ्या गोष्टी मी पाहिल्या होत्या. घारूअण्णा माझ्याकडे काहीशा प्रौढीने पाहात होते. मला त्यांच्या त्या नजरेची चीड आली. लग्न जमवणं म्हणजे काय नागपुरी पातळाची

ठाणं विकण्यासारखं आहे काय? परांजप्यांना हा प्राणी कसा काय परवडतो
कुणास ठाऊक. का ते लोकही ह्याच्यासारखे व्यवहार-व्यवहार घोकणारे
आहेत?

"मग मी काय करू म्हणतो?" मी जरा त्रासिक होऊन विचारलं.

"काही करू नका आणि त्रासू नका. आता आम्ही आहोत. तुम्ही नंतर संसार
करणार, तेव्हा काळजी आहेच."

—मला आता त्या प्राण्याची गंमत वाटू लागली. लग्नाच्या मांडवांत ही वल्ली
जर सगळीकडे वावरणार असली तर चांगलीच करमणूक होणार होती
म्हणायची. मी हसत म्हणालो, "संसार सगळेच करतात, त्यात काय आहे
काळजी?"

"हां साहेबा, एवढा सोपाही नाही तो. आपले तात्याराव आहेत ना? सावरकर
हो? त्यांनी काच फोडून समुद्रात उडी घेतली. अगोदर अंग खरचटलं, नंतर
खारं पाणी, पाण्याखालून पोहायचं. वरून गोळ्यांचा मारा. त्यातून किनाऱ्यावर
पोचले तर सगळा अनोळखी मुलूख?" एवढंच बोलून ते थांबले. ह्या गोष्टीचं
प्रयोजन इथे काय हे मला कळेना. माझ्या प्रश्नार्थक चेहऱ्याकडे पाहात ते मग
हळूच म्हणाले,

"संसार असाच असतो. घाबरू नका, मी आहे. बावीस वर्षांत नऊ-नऊ मुलींची
लग्नं जमवली आहेत..."

"दोनशे-दोनशे रुपयांत!" मी त्यांचं वाक्य पुरं केलं.

"रात्री येतो." एवढं म्हणून घारूअण्णा पिनवर पाय ठेवून सायकलबरोबर पळू
लागले.

—व्यवहारात सगळ्यांना टांग मारणारा घारूअण्णा, पण त्याला सायकलवर
टांग मारून बसता येत नाही. मौज आहे.

—घारूअण्णा! — दोनशे रुपयांत लग्न जमवणारा दलाल. छे, काहीतरीच
वाटू लागलं. लग्न करणं हा इतका किरकोळ सौदा आहे? दोन कुटुंबांना एकत्र
आणणारा हा धार्मिक विधी एवढ्या पोरकट गोष्टीच्या आधीन झाला आहे!
कोणत्याच गोष्टी मला पटत नव्हत्या. सगळं मनाविरुद्ध. दोनच दिवसांपूर्वी
मुलगी बघण्याचा फार्स झाला. फार्स नाही तर काय? फार्सच. परीक्षेच्या
गडबडीत ही एक गडबड. परीक्षा दहा दिवसांवर आलेली; पण आमच्या
आजीला परीक्षेच्या निकालापेक्षा नातसूनेचं तोंड केव्हा पाहीन, ह्याचीच घाई
झालेली. तिच्या भावना आम्ही ओळखून होतो. परीक्षेच्या यशाबद्दल सर्वांनाच
खात्री होती. आजीने सत्तरी ओलांडली होती. उभ्या आयुष्यात—सगळ्यांची मन
सांभाळत आलेली आजी, आता सगळी तिचं मन सांभाळायला धावणार होती.

त्यात माझा वाटा, 'सिंहाचा' होता. म्हणूनच मुलगी बघण्याचा फार्स पसंत नसताना मी त्यात भाग घेतला होता. मुलगी बघायची म्हणे! काय अर्थ आहे ह्या समारंभात? मुलगी बघणं म्हणजे काय कापड पसंत करणं का औद्योगिक प्रदर्शन पहाणं? तसंच अगदी तसंच! दुकानात आपण विचारतो, 'कापड आटणार नाही ना? रंगाची गॅरन्टी?' तसंच हे. रंगाची, सुताची गॅरन्टी देऊनही कापड आटायची थांबली नाहीत की, विटायची थांबली नाहीत.

—चार प्रश्न विचारायचे, कातडीचा रंग पाहायचा आणि जन्माचा सौदा करायचा. आमचा विन्या म्हणतो, "अरे लेका, लग्न म्हणजे गॅम्ब्लींग." मारे शिष्टाचा आव आणून त्या दिवशी परांजप्यांकडे त्याची भावी वहिनी पाहायला आला होता. त्या कामापुढे त्याला परीक्षेचा विसर पडला होता आणि रमीच्या डावाचं आकर्षण फिकं वाटत होतं.

—मुलगी बघायची होती माझ्यासाठी. मी सोडून सगळ्यांना उत्साह आला होता नाटक, कादंबऱ्यांतून वर्णनं असतात त्याप्रमाणे मुलगी बघण्याचा कार्यक्रम झाला. मी, दादा आणि एकदोघं मित्र एवढ्या परिवारानिशी मी मनाविरुद्ध त्यात सामील झालो. बरगडीत कोपर खुपसून विन्या म्हणतो,

"किशा, काय काय विचारणार?"

"काहीही नाही. स्वयंपाक येतो का, गाण्याची आवड आहे का? असले फालतू प्रश्न विचारून मनं समजतात का स्वभाव उमजतात?"

"आजपर्यंतची लग्नं अशीच झाली."

"झाली असतील. मला त्याच्याशी कर्तव्य नाही."

"त्यांचे संसारही झाले."

"मी त्याला संसार म्हणत नाही."

"तुझ्या दादाचा विवाह असाच झाला."

"त्याला मी जबाबदार नाही."

"एवढा फुटाण्यासारखा उडतो आहेस, मग आज आलास कशाला?"

"पूर्वापार चालत आलेल्या रूढी बदलायला कमकुवत ठरलो म्हणून!"

—तोच परांजपे लेकीला घेऊन बाहेर आले. प्रथमदर्शनीच वाटलं की, बस! आयुष्याची जोडीदारीण हवी तर अशीच हवी. ज्या व्यक्तीला मी आजपर्यंत पाहिली नव्हती. तिच्याबद्दल का कुणास ठाऊक, एकदम ओढ वाटू लागली. अगोदर मी प्रश्न विचारणार नव्हतोच आणि त्यातून एवढी नक्षत्रासारखी मुलगी समोर आल्यावर हिला काहीच विचारू नये, केवळ मीच नव्हे तर कुणीच काही विचारू नये असे वाटू लागलं. पण तसं कसं होईल? —रितीप्रमाणे नमस्कार-चमत्कार झाले. विचारायचं म्हणून अर्थहीन प्रश्न विचारण्यात आले. अर्थहीन

प्रश्नांना अर्थहीन उत्तर मिळाल्याच्या समाधानाने पसंतीचा शिक्का मारला गेला.
—सोपी पद्धत किती तरी!
घारूअण्णा माझ्याकडे पाहातच होते. परांजपे मुलीला घेऊन, लढाई जिंकल्याच्या समाधानाने आत गेले.
"आपण काही विचारलं नाहीत?"—घारूअण्णांनी सलगी दाखवीत पृच्छा केली.
"प्रत्येकानं काही तरी विचारलंच पाहिजे असं आहे का?"—दादांना ऐकू जाणार नाही अशा बेताने मी त्यांना प्रतिप्रश्न केला.
"तसं नाही. पण, आपला निकटचा संबंध येणार म्हणून म्हणतो."
"निकटचा संबंध नातं जुळल्यावर. त्याची चर्चा उघड कशाला?"
—माझं कडवट उत्तर ऐकून विन्या चपापला आणि घारूअण्णाही समजायचं ते समजले. बाहेर पडल्यावर मी विनायकला विचारलं होतं, "काय समजलं कोणचे तरी चार प्रश्न विचारून?"
"काही समजलं नाही. अर्धा जन्म गेला तरी कळत नाही, तिथे चार प्रश्नांवरून काय कळणार!"
"तरीसुद्धा आव आणून बसला होतास."
"कशी तरी सुरुवात करायला हवी ना! म्हणून तर म्हणतो, लग्न जमवणं गॅम्ब्लींग. नवरी मुलगी म्हणजे पालथं पान. ब्लाईड फ्लश्! उचलून पाहिल्यावर पॉवर समजणार."
"आणि पान उचलायचा अधिकार फक्त लग्न लागल्यावर, असंच ना?"आवेशने विन्या म्हणाला,"करेक्ट" आणि टाळी देण्यासाठी हात पुढे करून म्हणाला, "म्हणजेच, उपयोग नाही तेव्हा." मी मनापासून हसलो होतो तेव्हा!

कॉलेजात पोहोचेपर्यंत हे परवाचेच प्रसंग-परवाचेच संभाषण आठवत होतं. विन्या लायब्ररीतच भेटला. मला पहाताच हातातलं पुस्तक बाजूला ठेवीत विन्यानं विचारलं, "काय केशव दी ग्रेट, मॅरेजफ्रंट कोठपर्यंत आला आहे?"
"विन्या, परीक्षा आली दहा दिवसांवर, तुला गप्पा सुचताहेत लग्नाच्या. त्याही माझ्या."
"'टेल ऑफ टू सिटीझ' ह्या कादंबरीची शपथ घेऊन सांग की, परांजप्यांच्या मुलीची तुला बिलकूल आठवण होत नाही म्हणून."
"हात्तिच्या, एवढंच ना! ही घेतो शपथ"
"सबूर, कादंबरी परीक्षेला आहे ही. उगीच खोटी शपथ घेऊ नकोस."
"मिस्टर, आम्हाला माहीत आहे सगळं. मेनकेला पाहून विश्वामित्र जेवढा

बावरला नव्हता, तेवढा तू गडबडला होतास परांजप्यांची मुलगी बाहेर येताच आणि ती—सुद्धा तुला पाहून, 'एकदाच पाहिले-पाहिले तया क्षणीच आपुली न राहिले'—अशी झालीय.''

— मी नकळत सुखावलो. ''तेव्हा काय म्हणत होतो, परीक्षेतलं आपलं भवितव्य ठरलेलं आहे. त्याच्यावर काही विचार करायचा नाही. आमचा निकालच लागलाय.''

''मग लग्नाच्या परीक्षेतही आमचा निकाल लागलाय समज. आत्ताच सुपरवायझर भेटले होते.''

''कोण?''

''तो रे, घारूअण्णा.''

''अच्छा अच्छा, काय म्हणताहेत?''

''आज रात्री 'ओरल' आहे दोन्ही पक्षांची.''

''हां हां, म्हणजे पुढची बोलणी असतील.''

''विन्या, पुढची बोलणी', ह्या वाक्प्रयोगाचा अर्थ सांगशील का मला?''

''इसमें क्या बडी बात है! आज वरपक्षाची सद्दी, तेव्हा तू म्हणायचं, 'मला गॅबर्डीनचा सूट हवा, रोलेक्स रिस्टवॉच, हिऱ्याची अंगठी हवी.' हीरोच्या वडिलांनी सांगायचं, सुपारी आमंत्रणपत्रिकांसह दोन्ही घरचा खर्च वधुपक्षाचा त्याशिवाय.....''

''मला हे जमायचं नाही. काही अर्थही मला वाटत नाही ह्यात. मला हे कळत नाही, लग्नासारखी पवित्र गोष्ट, दोन मनं एकत्र येण्याचा सोहळा, तिथे एवढ्या वाटाघाटी कशाला? नवराबायकोनी दूधसाखरेसारखं एकरूप व्हावं अशा उपमा द्यायच्या आणि मग ही ढवळाढवळ कशाला मधे?''

''ह्याखेरीज साखर विरघळायची कशी?''

''फाजीलपणा करू नकोस, दोघांनी रकमा एक करून— येईल तो खर्च सारखा वाटून घ्यावा, मोकळं व्हावं.''

''किशा, अगदीच तू लेका इडलिंबू. उद्या नवरदेव म्हणून मिरवणार म्हणतोस, मांडवात असेच विचार उधळणार की बोलणी असलं काही भकायचं असेल तर आज जाऊ नकोस रात्री बैठक करायच्या वेळेला.''

''ते मी केव्हाच ठरवलं आहे.''

''लाख बोललास, तू जाऊ नकोस, तू आपल्या दोघांच्या नोट्स् लिहून काढ. तुझ्या वतीने मीच जाईन.''

''मला कुणाकडेही काहीही मागायचं नाही, मी जात नाहीच पण तुलाही सोडीत नाही.''

मी त्या रात्री गेलो नाही, दोन-तीन दिवसांत घरीही गेलो नाही. परीक्षेतल्या यशाबद्दल खात्री होती आणि धाकधूकही वाटत होती. मधूनच परांजप्यांच्या मुलीचा—सुरेखाचा—चेहरा नजरेसमोर येत होता. चाचरत दिलेली उत्तरं आठवत होती, पाठमोरी होऊन खोलीत गेली तेव्हाची मूर्ती नजरेसमोर येत होती. निग्रहाने ते विचार दूर सारून मी परत पुस्तकात डोके खुपसत होतो. पोरगी फक्कड होती. तिच्या मनात माझे विचार येत असतील का? असतील किंवा नसतीलही. मैत्रिणी चेष्टा करीत असतील, केळवणाला बोलावण्यासाठी नातेवाईकांत चुरस लागली असेल. लाजेने चूर होत ती प्रत्येकाचा लटका निषेध करीत असेल.

...छे छे, विचार करायचा नाही म्हणताना विचार चालू होत होते, नकळत अभावितपणे! तरी चार दिवसांत घरी गेलो नव्हतो. गड्याहाती जेवणाचा डबा रेसिडेन्सीवरच येत होता.

आणि चौथ्या-पाचव्या दिवशी उजाडताच घारूअण्णा खोलीवर हजर झाले.

"तुम्हाला माझा पत्ता कसा काय लागला?" मी साश्चर्य विचारलं.

तोंडाकडे बोट नेत ते म्हणाले, "हे वाजवलं. म्हणजे सगळ्यांचा पत्ता लागतो."

पुढे केलेल्या खुर्चीवर ऐसपैस बसत घारूअण्णा म्हणाले,

"पत्रिका छापवून आणल्यात. तुम्हाला नमुना दाखवायला आणलाय."

आमच्या पत्रिकांचं काम हा गृहस्थ का बघतो, हे न कळून मी पाहातच राहिलो. ते ओळखून घारूआण्णा सांगू लागले,

"दोन्ही घरचा खर्च, पानसुपारी—आमंत्रणपत्रिकांसह वधुपक्षाने करायचा आहे, असं तुमच्या दादांनी सांगितलंय."

—मला गरगरू लागलं. विन्याचं बोलणं आठवलं. दादा अशी काही अट घालतील हे मला खरंच वाटेना.

"त्या दिवशी तुम्ही हवे होतात. रात्रीचे दोन वाजले सगळ्या गोष्टी नीट जमवून घेता घेता. परांजपे तसे कमी नाहीत. मीही होतो. सगळं ठीकठाक चोखपणे जमवलंय."

—मी चाट पडलो. ह्या सगळ्या अटीतटीच्या सामन्याला 'व्यवहार'हे गोड नाव द्यायचं आणि घारूअण्णांसारख्यांनी स्वत:ची व्यवहारी माणूस म्हणून पाठ थोपटून घ्यायची. लग्न ह्या विधीला भावनेचं अधिष्ठान असतं, ह्या माझ्या कल्पनेला सुरुंग लागला होता. देवाण-घेवाण ह्यावर अधिष्ठित झालेला तो एक भावनाशून्य, निदर्य प्रकार होता तर! समोर ठेवलेला तो आमंत्रणपत्रिकांचा गठ्ठा उचलून फेकून द्यावा, असं मला वाटू लागलं.

"का हो, आमंत्रणपत्रिकांचा नमुना आवडला नाही का?"

"छे छे, उत्तम आहे." स्वत:ला सावरीत मी म्हणालो.

"बरं, आता कपड्याचं काय करणार आहात?"

"पाहू पाहू, काय घाई आहे त्याची!"

"असं म्हणू नका हं. हे शिंपी महा चेंगट. लग्नाचा सूट पुढे मुलाच्या मुंजीत पुरा व्हायचा. तुम्ही कापड पसंत करा. माप द्या. मग बाकीचं आम्ही पाहू."

"पण......!"—काहीच माहिती नसल्यामुळे मी गडबडलो होतो.

"सांगतो सांगतो. सगळं सांगतो. वरपोशाखाचे तीनशे रुपये ठरले आहेत त्याप्रमाणे..."

"...अहो, पण..."

"नाही, नाही. तुमचे दादा पाचशे रुपये म्हणत होते; पण शेवटी मी तीनशे रुपयांवर तोडलंय."

आता मात्र मी कमालीचा चिडलो. लग्नाच्या नावाखाली हे काय प्रकार चालले आहेत याचा मला उलगडाच होईना. काहीच रुचेना. पटेना. तिडिकेने मी म्हणालो,

"घारूअण्णा, तुम्ही काय म्हणताहात तेच मला कळत नाही. वरपोषाख वगैरे काय प्रकार आहे?"

"तुम्हाला दादांनी काही सांगितलं नाही?"

"मी चार-पाच दिवसांत घरीच गेलेलो नाही."

"मग बरोबर. मी तुम्हाला सगळं सांगतो. दोन्ही घरचा एक दिवसाचा खर्च आमचा. हुंडा रोख अडीच हजार. वरपोशाख तीनशे. त्याशिवाय मानपान..."

"मला हे काही कळत नाही व जे कळलंय ते आवडलेलंही नाही." मी अगदी चिडून बोललो.

"वा वा, असं कसं म्हणता? हा व्यवहार आहे."

"मला तो मान्य नाही."

"असं म्हणून कसं चालेल? हे पूर्वापार चालत आलेलं आहे. माझ्या लग्नात मीसुद्धा वरपोशाखाचे नगद सव्वाशे मोजून घेतले होते. तेव्हा तसं काही मनात आणू नका. आता तुमच्या घरात आमची मुलगी पडणार. तिच्या सौख्यासाठी आणि..."

त्यांना पुढे काय म्हणायचं होतं कुणास ठाऊक; पण माझा संयम सुटला. मी ताडकन म्हणालो,

"तिला चांगलं वागवण्यासाठी तुम्ही आम्हाला काय लाच देत आहात? तुमच्या देण्यावर आमचे स्वभाव अवलंबून आहेत, असं तुम्हाला म्हणायचं आहे का?

—तो व्यवहारी माणूस गडबडला. अचानक असं काही वळण लागेल विषयाला याची त्यांना कल्पना नव्हती. मलाही काय करावं ते कळेना. आता काही आक्षेप माझ्याकडून घेतला जाईल, याची मलाही कल्पना नव्हती. तेवढ्यात विन्या आत आला. घारूअण्णांना हायसं वाटलं. पुन्हा ते गुळमुळीत आवाजात म्हणाले,

"जावईबापू, हा व्यवहार आहे. आजवर सगळे मानत आलेले आहेत. जावई म्हणजे आपल्यात 'नारायण अवतार'मानतात. तेव्हा ही देवाणघेवाण चालायचीच. मग सूट शिवायला टाकताय ना?"

"टाकेल टाकेल. मी सांगतो. माझ्याबाहेर नाही तो." विन्याने दिलासा दिला.

"अरे पण विन्या, तीनशे रुपये..."

"यापेक्षा खरोखर जास्त शक्य नाही." घारूअण्णांनी माझं बोलणं पुरतं न ऐकता पुन्हा मला मध्येच अडवलं होतं. मग मात्र मी इरेला पेटलो. आता मी भावनेच्या जगातून बाहेर पडणार होतो आणि घारूअण्णांच्या—व्यवहाराच्या—जगात येणार होतो. घारुअण्णांकडे रोखून पाहात मी म्हणालों,

"परांजप्यांना सांगा वरपोशाख तयार आहे. सहाशे रुपये पाठवून द्या."

विन्या व घारूअण्णा दोघं चमकले. मी शांतपणे उठलो. कपाटात टांगलेले चार सूट काढून मी घारूअण्णांपुढे टाकले.

"ह्यातला लग्नाचा कोणता?"

"चारही लग्नाचेच!" मी ठासून बोललो.

—माझ्या खोलीत कमालीची शांतता पसरली. घारूअण्णांचा चेहरा साफ उतरला. बोलून गेल्यावर मलाही असं वाटू लागलं आपण असं बोलायला नको होतं. अजून हे सगळं सावरून घेता येईल असं मला वाटलं. मी माझे शब्द मागे घेण्याचा विचार करू लागलो. तोच एक विचार मनात आला, की पाहू या, हा गृहस्थ ह्याच्यावर काय म्हणतो! ह्याच्या प्रतिक्रियेवर आपण आपले विचार नक्की करायचे. तोच नऊ मुलींची लग्नं जमवणाऱ्या त्या महाभागाचा चेहरा एकाएकी बदलला. गंभीरपणे ते म्हणाले,

"ठीक आहे." मी समजलो.

"काय?" विन्याने मध्येच विचारलं.

"असंही होतं खूप ठिकाणी. वडिलांनी तीनशे म्हणायचं आणि मुलांचे अनभिज्ञ आहोत असं भासवत, त्याचे सहाशे करायचे, असतात, अशीही माणसं असतात."

—बोलणं मागे घेण्याचा माझा विचार कुठच्याकुठे पळाला. व्यवहारी जगात शिरल्याबरोबर मी पहिला फटका खाल्ला होता. आता माघार घ्यायची नाही हे नक्की ठरवून सूट परत कपाटात ठेवीत मी म्हणालो,

''पत्रिका छापलेल्या आहेत. लौकिकांसाठी मी लग्न मोडायला कचरेन, अशी कल्पना असेल तर ते विसरा. परांजप्यांना सांगा, रोख सहाशे रुपये पाठवा तरच जावई लग्नाला उभा राहील.''

—पडलेल्या चेहऱ्यांनी घारूअण्णा उठले. त्यांनी पत्रिकांचा गठ्ठा पिशवीत टाकला. त्यांचं दोनशेचं गणित चुकलं होतं. व्यवहाराला तडा गेला होता. गलितगात्र होऊन ते खोलीच्या बाहेर पडले.

—लग्न मोडल्यात जमा आहे असं समजून मी विन्याला म्हणालो,

''चल, कालच्या नोट्स काढ.'' विन्या बर्फाच्या खड्यासारखा निश्चल झाला होता.

''विन्या, तुला माझी मतं माहीत आहेत. असं काही वळण मिळावं अशी माझी बिलकुल इच्छा नव्हती.''

''जाऊ दे रे. जांवई असाच ठणठणीत हवा. I am happy!''

''नाही, असं म्हणू नकोस. मला जावईपणा गाजवायची बिलकुल इच्छा नाही. काय संबंध त्यांचा न् माझा तसं पाहिलं तर? का मला त्यांनी घाबरावं? मी कोण असा? एवढे दिवस त्यांची—माझी ओळख तरी होती का?''

''जाऊ दे रे. उगीच मनस्ताप करून घेऊ नकोस?''

''तशातला भाग नाही. खरोखर ह्या लोकांत गटस् असतील तर फिसकटू दे हे लग्न. पैसे उकळणाऱ्या माणसाला त्यांनी जावई किंवा नारायणाचा अवतार बिलकुल मानू नये.''

—पण तसं घडणार नव्हतं. दुसरे दिवशी त्याच वेळेला घारूअण्णा रोख सहाशे रुपये घेऊन खोलीवर हजर झाले. काल घडलेल्या प्रकाराचा त्यांच्या चेहऱ्यावर मागमूसही नव्हता. मात्र फार वेळ न बसता त्यांनी लवकर काढता पाय घेतला. मी पुन्हा चिडलो. काय कारण आहे, परांजप्यांनी अशी शरणागती पत्करण्याचं? विन्याला मी तोच प्रश्न विचारला. तो म्हणाला,

''ह्यात शरणागतीचा भाग नाही. पैशाला मागंपुढं पाहाणारी माणसं आम्ही नव्हेत हे दाखवण्याचा उद्देश असतो त्यात.''

''पण ह्यात काय अर्थ आहे? उद्या मी आणखीन कसला हट्ट धरला तर?''

''तोही पुरवला जाईल. का, तर स्वत:च्या मोठेपणासाठी—जिद्दीसाठी. तुम्ही काय काय मागू शकता हे अजमावण्यासाठी.''

''तेच नेमकं मला पसंत नाही. तुम्हाला जर केवळ स्वत:चा पराक्रम दाखवायचाय तर मुलाला मुलगी किंवा मुलीला मुलगा दाखवूच नका. एकमेकांना एकमेक पसंत आणि तुमचा व्यवहार फिसकटला तर व्यवहाराला

आधी महत्त्व देणार. व्यवहार जमला तर नवऱ्याला देव ही पदवी मिळणार! एरवी मग तो काय सैतान! त्यापेक्षा मुसलमानातली पद्धत चांगली. व्याह्यांनी व्याह्यांना पाहायचं आणि लग्न जमवायचं.''

''अरे, पण हा प्रश्न दोन्ही पक्षांनी सोडवला पाहिजे!''

''मी कुठे नाही म्हणतो? सगळे जबाबदार आहेत. ह्या पवित्र समारंभांत, 'वधूपक्ष' — 'वरपक्ष' ही पक्षाची भाषा तरी कशाला हवी?''

''तुझं सगळं मान्य आहे. पण पुस्तकात पाहूनसुद्धा, विचारलेल्या प्रश्नांची उत्तरं मला देता येत नाहीत, तिथे मी ह्या प्रश्नांना कसा पुरा पडणार? चल, पुस्तक उघड.''

परीक्षा संपली. माझ्यासकट सगळे लग्नावर विचार करायला मोकळे झाले. घारूअण्णांची मुलाखत व तीनशेचे-सहाशे ह्या दोन्ही गोष्टी घरी समजल्या नव्हत्या. लग्नाचं सामान, पाहुण्यांची सोय, कपडेलत्ते, दागिन्यांची खरेदी या सर्व व्यापात दिवस उजडायचा केव्हा व मावळायचा केव्हा, हे कळतच नव्हतं.

'येणार, येणार' म्हणता म्हणता लग्नाचा दिवस उजाडला. पहिल्यांदा व्याही-व्याही भेट झाली. मला हे विधी माहीत नव्हते. ऐच्छिक विषय घेतल्याप्रमाणे विन्याला हे सर्व नुसतं माहीतच नव्हतं असं नाही, तर सगळं पाठ होतं. मी त्याला सारखं काही काही विचारत होतो. तोही मला मनापासून सर्व सांगत होता, न कंटाळता. हेतू दोन होते त्यात. एक, मला शिकवायला मिळत होतं आणि दुसरं म्हणजे जावईबापूंचा 'फास्ट फ्रेंड' म्हणून माझ्याबरोबर त्याचीही सरबराई राखली जात होती. मी त्याला तसं हटकलंही; त्यावर तो म्हणाला, ''चार पोरीबाळींनी, त्यांच्या पालकांनी पाहून ठेवलेलं बरं असतं, कसे?''— तेवढ्यात शेजारून जाणाऱ्या घारूअण्णांनी विचारलं,

''तुम्हांलाही अडकवू काय?''—तत्परतेने विन्या म्हणाला,

''लग्नात की, दोनशे रुपयांत?''

—घारूअण्णा उत्तर न देता सटकले.

''बरं, विन्या ह्याच्यानंतर काय?''

''सीमान्तपूजन.''

''म्हणजे?''

''सासरा-सासू जावयाचे पाय धुतात. का रे, तोंड का वाकडं केलंस?''

''नाहीतर काय. काही तरी खुळचटासारखं. मला आई-वडिलांच्या ठिकाणी ती माणसं. त्यांच्याकडून काय पाय धुवून घ्यायचे?''

''अरे बाबा, ही रीत आहे. पूर्वापार रूढी आहे. तुला पटायचं नाही ते. तुझ्या

भाषेत सांगायचं तर त्यामागेसुद्धा निश्चित भावना आहेत. नवऱ्या मुलाला विष्णूचा अवतार मानतात, ह्यात काहीच भावना नाहीत?''
''कसल्या आल्यात् कपाळाच्या भावना? आता मी हटून बसतो 'मार्कोनीचा' रेडिओ हवा म्हणून. बघ मग एकेकांचे चेहरे आणि मग पाय धुताना मला विष्णूचा अवतार कोण कोण मानतो पाहू!''
''व्यवहार माहीत नसला म्हणजे असं होतं. रुसून केव्हा बसायचं त्यालाही वेळ ठरली आहे. लग्न लागायच्या आधी रुसलास तर कोणीही विचारणार नाही. खुश्शाल लग्न मोडतील.''
''असं? मग सांग केव्हा रुसतात ते?''
''लग्न लागल्यावर पहिली पंगत बसते तेव्हा तुला बोलवायला स्वत: परांजपे येतील. लग्न लागलेलं असतं. भटजीच काय पण आमंत्रितसुद्धा पंगतीची वाट पाहात असतात. लवकर सारं उरकावं म्हणून बायकांची धांदल चालू असते. घास देण्याचा आणि नाव ऐकण्याचा समारंभ पाहाण्यासाठी म्हातारीकोतारी माणसं अधीर झालेली असतात. अशा टेन्स् मोमेंटला नवरदेवांनी रुसायचं असतं.''
''खरोखर, एवढी महत्त्वाची वेळ असते ही?''—काहीसं भारावून जात मी विचारलं.
''खरोखर म्हणजे? लग्न ठरवण्याच्या दिवसापासून वधुपक्षावर किती ताण पडलेला असतो, ह्याची कल्पना तुला तुझ्या मुलीच्या लग्नाच्या वेळी येईल. खूप दिवसांचा खूप मोठा सुस्कारा पहिली पंगत बसली की, त्यांना सोडता येतो. तुला त्याचं काय म्हणा! तुझं पोट आधीच भरलेलं असणार, त्यात 'सौ.' तुम्हाला घास देणार.''
''हो, तो एक मला न आवडणारा प्रकार. घास देणं-घेणं हे सारं प्रेमात आल्यावर. खरं म्हणजे खास एकांतांतल्या ह्या गोष्टी. त्याचं असं प्रदर्शन...''
''अरे, गंमत म्हणून. पूर्वीच्या काळी तर लवंगा...''
''होय, मी ऐकलंय् ते. पण तेव्हा मुलगा असायचा दहा वर्षांचा. मुलगी परकरांतली. कोणत्याही अनिष्ट भावनांचा उगम न झालेला. ते कौतुक निराळं. धेडगुजरीपणा म्हणतो मी, तो हाच.''
—तोच घारूअण्णा सीमान्तपूजनाला बोलवायला आले. मी अनिच्छेने उठलो. ''चला, विनायकराव तुम्हीही.'' घारूअण्णांनी विन्यालाही उठवलं आणि डोळे मिचकावीत ते पुढे म्हणाले, ''आज कोल्ह्याचे शेपूट तुटणार!''

—सर्व विधी यथासांग पार पडले. भटजी लोकांनी बराच वेळ आमच्याकडून

कसरत करून घेऊन आम्हांला सोडून दिलं. नंतर ताराबलं, चंद्रबलंच्या बळावर व घारूअण्णा—तत्सम लोक ह्यांच्या व्यवहाराच्या जोरावर माझे दोनाचे चार झाले. 'सावधान'च्या गजरांनी मांडव दुमदुमला. त्या वेळी पण मला हसायला आलं. शे-दीडशे बेसावध माणसांनी दोघांना 'सावधान'चा इशारा द्यावा, काय गंमतीदार विरोधाभास!

—फार मोठ्या जबाबदारीतून सुटल्याचा प्रत्येकाने निःश्वास टाकला आणि मग जो तो पंगतीत मोक्याची जागा मिळवण्याच्या कामात दंग झाला. एक लग्नाचा मुलगा कमी झाला म्हणून उपवर मुलीच्या पित्यांनी उसासा सोडला तर त्यांच्याच नजरेत भरण्यासाठी विन्या वेधक हालचाली करू लागला. आणि हे सर्व होईतो आपण कशाचा हट्ट धरायचा, ह्या विचारांत मी गुंग झालो. आजपर्यंत तशी सवय नसल्यामुळे माझ्यापुढे ती एक समस्याच होती. भोवती मित्रांचा गराडा पडला होता; पण माझं त्यांच्या गप्पांत लक्ष नव्हतं. डोक्यात एकच विचार धुमाकूळ घालीत होता. 'आपण हटून बसावं काय?'

—मित्रांच्या गप्पागोष्टी एकाएकी थांबल्या. घारूअण्णा समोरून येत होते. पंक्तीचं आमंत्रण द्यायला आले असावेत. विन्या कानाशी पुटपुटला,

''किशा, हीच ती वेळ! माग आता रेडिओ.''

''त्यांनी काय कडोसरीला लावलाय्?''

''अरे रक्कम माग. रेडिओ मग घेऊ.'' — मी मनाची तयारी केली.

''चला केशवराव, उशीर झालाय् बराच. सांगा मित्रमंडळींना. चला.''

—मी लक्ष दिलं नाही. पुन्हा एकदा घाम टिपीत घारूअण्णा म्हणाले, ''चला येताय् ना? परांजप्यांकडे ऑफिसातली मंडळी आली आहेत म्हणून मी तुम्हाला न्यायला आलोय्.''

''जावईबापू येणार नाही म्हणताहेत.'' — जोग मध्येच म्हणाला.

कावरेबावरे होत घारूअण्णा म्हणाले, ''असं कसं होईल? जावईबापू, येताय् ना?''

''तुम्ही नऊ मुलींची लग्नं जमवलीत आणि आता तुमच्या लक्षात येत नाही?'' विनायकने सरळ हल्ला केला.

''काय पण?''

''जावईबापू रुसलेत. परांजप्यांना सांगा, जावई रुसलाय्!''

''त्यांना रेडिओ हवाय्'' — जोगने पुन्हा भाग घेतला.

''मार्कोनीचा!'' —विन्याने खुलासा केला.

''सहा व्हॉल्व्हस. नेट ५९० रु. सेल्स टॅक्स निराळा.'' साइडबिझिनेस करणाऱ्या मित्राने तपशील सांगितला. ''आमच्याकडून घेतल्यास एरीयल फुगट.''

—घारूअण्णा घामाघुम झाले. त्यांच्या तोंडून शब्द फुटेना. लगबगीने ते मांडवांत परतले. ते परतल्यावर माझं मन विरघळलं, मी विन्याला म्हणालो,
"विन्या, प्रशस्त नाही वाटत."
"बरं, रेडिओ घेतल्यावर माझ्याकडे पाठवून दे. कसे?"
—मांडवांत बॉम्बगोळा पडला. चांगली जागा मिळवण्यासाठी पंक्तीपुढे फिरणारी मंडळी गर्रकन् मागे फिरली. वाढपी जागच्या जागी उभे राहिले. अत्तर लावणाऱ्या माणसाच्या हातातली अत्तरदाणीची काडी हातालाच चिकटून राहिली. गुलाबपाणी शिंपडणारा माणूस, समोर बसलेला माणूस भिजून चिंब झाला तरी त्याचं शिंपडणं थांबलं नाही. ओटी भरायला वाकलेली बाई समोरची बाई उठून गेली तरी तशीच वाकलेल्या अवस्थेत उभी राहिली. आणि कोपऱ्यात रे रे करीत वाजणाऱ्या सनईचा सूर एका भटजीने ओरडून बंद करायला लावला. ठिकठिकाणी तीन-तीनचे, चाराचाराचे घोळके तयार झाले. सगळीकडे एकच विषय."जावईबापू रुसलेत."—
"त्यांना रेडिओ हवा मार्कोनीचा."—
"सहाशे रुपयांचा!"
मग मला दादा भेटून गेले. आई भेटून गेली. घारूअण्णांच्या नेतृत्वाखाली परांजप्यांकडून एक शिष्टमंडळ पण भेटून गेले. मी मख्खासारखा बसून राहिलो होतो. सुमारे अर्ध्या तासाने घारूअण्णा आले. शंभराच्या पाच नोटा हातात ठेवत ते म्हणाला,
"जावईबापू, आता एवढ्यावर भागवा."
फार ताणण्यात अर्थ नव्हता. मी उठलो. मांडवांतलं वातावरण मात्र पार बदललेलं होतं. माझ्याकडे कौतुकाच्या नजरा लागायच्याऐवजी 'ऐन वेळी रेडिओ माणारा जावई हाच' अशा अर्थाने लोक पाहात होते. क्वचित् एखाद्याच्या नजरेत, "एवढं ह्या स्थळात काय सोनं होतं?" असाही भाव तरळताना दिसत होता. मी आणि विनायक कोठीघरावरून पुढं जात असताना कानांवर संवाद पडला,
"साफ बुडालो घारूअण्णा, खूपच नागवला गेलो."
"मला तरी काय कल्पना. माणसं अशी वाटली नव्हती. दादा सरळ आहेत."
"सरळ माणसं स्वत: काही करत नसतातच. त्यांनी मुलांकडून सगळं व्यवस्थित करवून घेतलं."
"पण काय हो, व्यवहार न मानणारा मुलगा; आत्ताच कशा एकेक गोष्टी सुचल्या?"
"अगं, सगळं नाटक ते. फुकटात गोष्टी मिळाल्या तर कुणाला नको आहेत?"

—पंगत झाली. पण झाली म्हणून झाली. घांस देण्याघेण्याचा फार्स झाला. उखाणा झाला. वरवर कौतुक झालं. सारं पसंत असल्याप्रमाणे नाटक झालं. आता कुणीही मनापासून भाग घेत नव्हतं. परांजप्यांनी काहीच न बिघडल्याचा बराच आव आणला. पण त्यांची मन:स्थिती मी खूप ओळखून होतो.

कार्यालय लवकर रिकामं करायचं म्हणून वरात पण लवकर निघाली, माझ्या ह्या वागणुकीने केवळ परांजपे कुटुंबच हादरलं नव्हतं, तर दादा, आईपण चकित झाले होते. तथापि, आमच्या कुटुंबियापैकी एकानेहि माझा हट्ट अनाठायी आहे, ह्याची पुसट जाणीव दिली नाही. जणू ह्या सर्व प्रकारांना त्यांची मूकसंमती होती.

वरात घरी आली. उंबऱ्यावरचं माप लोटलं गेलं. घरात लक्ष्मीचा प्रवेश झाला. रीतीरिवाजाप्रमाणे सगळ्यांना नमस्कार करून झाले. निरोप घेण्यासाठी परांजपे मंडळी मन घट्ट करून तयार झाली. परांजपे स्वत: माझ्याजवळ आले. दाटून आलेल्या आवाजात म्हणाले,

"आमच्या हातून काही उणंअधिक झालं असेल तर त्याचा राग पोरीवर काढू नका. माझा प्राण तुमच्याजवळ दिलाय्. तिचा नीट......" त्यांना पुढे बोलवेना. ते मग तसेच मागे फिरले. स्वत:वर ताबा ठेवायचा प्रयत्न करूनही त्यांना अश्रू आवरेना. सगळ्यांचे डोळे—माझेसुद्धा— पाणावले. मन घट्ट करून ते दरवाज्यापाशी पोचले. तोच मी म्हणालो, "थांबा, एवढ्यात जाऊ नका." सगळ्यांच्या नजरा माझ्याकडे लागल्या. "घारूअण्णा कुठे आहेत?" मी चौकशी केली. गर्दीतून घारूअण्णा तत्परतेने पुढे आले.

"घारूअण्णा, याद्या कुठे आहेत? मला पहायच्या आहेत!"

"आत्ता?"

"हो, हो आत्ता. याद्या केल्या तेव्हा मी हजर नव्हतो. मला त्या आत्ता तपासायच्या आहेत." मी करड्या आवाजात म्हणालो.

"तुला आज झालं तरी काय?" दादा माझ्याजवळ येत म्हणाले. क्षणभर मी थांबलो. मनाचा हिय्या केला आणि म्हणालो,

"तेच सांगणार आहे. आत्ता सगळ्यांच्या समोर. मनात जे काही आलं, अगदी याद्या बनवल्या गेल्या, तेव्हापासून काय काय वाटलं ते सगळं सांगणार आहे."

"याद्या आणल्यात्!" घारूअण्णांनी चाचरत सांगितलं. त्याच्यावर नजरसुद्धा न टाकता मी ते कागद फाडून टाकले.

"अरे, अरे फाडल्यास?"—दादा, आईचा भाऊ आणि दोघं-तिघं ओरडले. सगळ्यांकडे नजर फिरवीत मी म्हणालो,

"अगदी ह्या घटकेपर्यंत तुमच्या डोक्यात याद्यांविषयी विचार चालू आहेत, तर

त्यातल्या गोष्टी तुम्हाला पाठ हव्यात. विना, सकाळी दिलेलं पाकीट दे.''

विनायकाने पाकीट दिलं. मी परांजप्यांजवळ गेलो. त्यांचा हात हातात घेऊन मी त्यांना खुर्चीवर बसवलं.

''बसा. तुमच्या मनाची मी फार ओढाताण केली. मुद्दाम जाणूनबुजून केली. पण त्यामागे तुमच्यावर आघात व्हावेत ही इच्छा नव्हती. निश्चित दृष्टिकोन जवळ बाळगून मी तसा वागलो. हे पाकीट घ्या. ह्यात रेडिओचे पाचशे रुपये आणि सुटाकरितां घेतलेले सहाशे असे अकराशे रुपये आहेत. मी हे परत करतो आहे. दादा, तुम्हीही असं पाहू नका. आपल्याला काय कमी आहे? हा लाखाचा बंगला आपलाच आहे. ह्या लोकांनी आपल्याला पिळून काढलं हेच परांजप्यांनी लक्षात ठेवायचं का? माझा ह्या देण्याघेण्यावर विश्वास नाही. तुम्ही मंडळी ज्या गोष्टीला 'व्यवहार व्यवहार' म्हणून डोक्यावर घेता त्या गोष्टी मला मान्य नाहीत.

''तुम्ही सर्व मंडळी संसाराला रथाची उपमा देता, नवरा-बायकोला चाकं म्हणता. रथाला दोन चाकांपैकी कुठल्या चाकाचं महत्त्व अधिक ह्याचं उत्तर तुमच्यापैकी कोणीही मला देईल का? आम्ही दोघंही चाकंच ना? मग दोघांचं महत्त्व सारखं नाही? मी तुमच्याकडून का ह्या वस्तू घ्यायच्या, वर पोशाखाचंसुद्धा प्रयोजन नाही. इतके दिवस मी कपडे घालीत नव्हतो? मला अधिकारच काय वरपोशाखाच्या नावाखाली पैसे घेण्याचा? मुलगा आजारी पडला तर आपण धांवपळ करतो आणि मुलगी आजारी पडली तर काय स्वस्थ बसतो? जेवढ्या खस्ता मुलाला वाढविण्यासाठी काढाव्या लागतात, तेवढ्यात मुलीला वाढवताना लागतात, मग फक्त मुलालाच एवढं महत्त्व का प्राप्त व्हावं? कुणीच कसा ह्याचा विचार करीत नाही? हुंडा, मानपान, करणी, वरपोशाख मला काहीच पसंत नाही. नवऱ्याला नारायणाचा अवतार मानतात, त्याचाही मला उलगडा झालेला नाही. नारायण काय अशा भरमसाठ मागण्या करीत सुटतो काय? मी रेडिओसेट मागितल्यावर किती लोक मला नारायणाचा अवतार मानायला तयार झाले होते?

''—ह्या गोष्टीमागे भावना नाहीत असा मला आरोप करायचा नाही. पण अलिकडे भावनेचं अधिष्ठान नष्ट होत चाललं आहे. त्याला व्यवहाराचं स्वरूप प्राप्त होत आहे. पहिल्याच भेटीत मला मुलगी पसंत होती; पण तुमचा व्यवहार फिसकटला असता तर माझ्या मनाची कुणी पर्वा केली नसती. मला सांगा, मग भावना कुठे राहिल्या?

''मला पैसा नको. तो मी स्वत:च्या हिंमतीवर मिळवीन. त्यासाठी मला दादांनी शिक्षण दिलंय, मानसिक धैर्य प्राप्त होण्यासाठी मुलीलाही शिक्षण मिळालंय. ती मला साथ देईल असा मला आत्मविश्वास वाटतो. माझा स्वभाव न

कळल्याने ती पहा कशी गांगरून गेली आहे. ये, सुरेखा, पुढे ये. आपण सगळ्यांना नमस्कार करू, नमस्कार फुकाचा, आशीर्वाद लाखाचा.''

सुरेखा पुढे आली. मी व तिने परांजप्यांना नमस्कार केला. अजून त्यांच्या डोळ्यांतली अश्रूंची धार थांबली नव्हती. मी सगळ्यांकडे पाहिले तो काय, सगळेच आपले डोळे कोरडे करण्याच्या प्रयत्नात होते.

—दिसत नव्हते फक्त घारूअण्णा! — साहाजिक आहे. त्यांचं दोनशेचं गणित चुकलं होतं—

स्पीडब्रेकर

आज घरी पार्टी आहे. बाहेरच्या खोलीतील मांडणी बदलत जात आहे. सुषमा कपडे बदलायला बेडरूममध्ये गेली आहे. तिने दरवाजा उघडल्याशिवाय, बाहेरच्या खोलीतली कॉट आत नेता येणार नाही. सुषमाचा मेकअप संपल्याशिवाय काही खरं नाही.

तसं म्हणाल तर काय खरं आहे?

बैठकीची खोली ही निव्वळ बैठकीचीच राहावी एवढी साधी अपेक्षा. दिवसा बैठकीची आणि रात्री बेडरूम असा 'डबल रोल' करायची गरज भासू नये, असे दिवस माझ्या आयुष्यात येणार आहेत का? कधी? रोज गाद्या उचलायच्या आणि रात्री पसरायच्या, ह्या कंटाळवाण्या कामातून मुक्ती मिळणार नाही का?

हिंदी चित्रपटांतल्या नायिका भाग्यवान असतात. असह्य झालं म्हणजे त्या एक गोल जिना तीन दालनं ओलांडून, तयार डबलबेडवर शरीर फेकून देऊन रडायला मोकळ्या. डनलॉपच्या उशा. असं रडायला भाग्य लागतं.

खटकन् दरवाजाची कडी काढल्याचा आवाज आला. दैनंदिन कामातल्या अनेक हालचाली आवाज होऊ न देता करता येतात, हे अजून आमच्या घरात सांगून सांगून रुजलेलं नाही.

तसं म्हणाल तर 'नकोशा'वाटणाऱ्या गोष्टींची यादी वाढत चालली म्हणजे 'तेल संपत आलंय' असं समजावं.

आज पार्टी. तिचीही आवश्यकता नाही. 'दारू पितो' हे शब्द अंगावर येतात. 'ड्रिंक पार्टी' म्हटलं म्हणजे 'स्टेट्सची शान सांभाळली' म्हणायचं.

नेहमीच्या आयुष्यात दैनंदिनीचा कंटाळा कधी येतो हे कळत नाही. काहीतरी वेगळेपणा म्हणून, मित्राने आग्रह केला म्हणून लिम्का आणि जिन घेतली. प्रकार बरा वाटला. घरी आलो ते तरंगतच. जिन ही बोरातली अळी ठरेल असं वाटलं नव्हतं. बघता-बघता म्हणण्यापेक्षा 'न बघता' म्हणणं योग्य ठरेल. अळीचा 'तक्षक' झाला. मी भक्ष्य झालो. दर शनिवारची रात्र रंगू लागली. तिची ओढ लागली.

शनिवार—रात्रीसारखी रात्र नाही.

शाम्या म्हणतो ते खरं आहे.

हजबंड इज लाईक अ रेल्वे वॅगन.

लव्हर इज लाईक अ रेस कार.

हजबंड इज लाईक अ ग्लास ऑफ मिल्क.

लव्हर इज लाईक अ ग्लास ऑफ शॅम्पेन.

हजबंड इज लाईक अ सण्डे मॉर्निंग.

लव्हर इज लाईक अ सॅटरडे नाईट.

तक्षकाने मला भक्षक कधी बनवलं, कळलंच नाही. 'पिणं' अंगवळणी पडायला लागलं. वेगळं वेगळं ह्यातलं वेगळेपण अंगवळणी पडलं. म्हणजे त्याचंसुद्धा रूटीन झालं.

तसं म्हणाल तर मी ह्या पार्ट्यांना कंटाळलो आहे. तेच मित्र, तेच जोक्स, त्याच फिरक्या! वेफर्स, फरसाण, चिज्लिंग्ज. सुषमा प्रसन्न असेल तर कधीतरी मग गरम गरम भजी. मेळाव्यात आली तर आली, नाही तर नाही; पण आज नट्टापट्टा करीत आहे त्या अर्थी ती सामील होईल.

आज मध्या येणार नाही. म्हणजे ती पार्टीत भाग घेईल. मध्यावर तिचा राग आहे. पहिल्यांदा मध्या जेव्हा पार्टीत सामील झाला तेव्हा सुषमाची ओळख करून देताना मी त्याला म्हणालो,

''मीट माय वाईफ, मिसेस सुषमा...''

वाक्य पूर्ण व्हायच्या आत मध्या मोठ्यांदा म्हणाला,

''आयला! मला तुझी बायको आवडली. आपण तिला पळवणार. मागच्या जन्मी कोणता वड पुजला होतास?''

''परवड!'' मी बोलून गेलो.

तोपर्यंत सुषमा फणकाऱ्याने आत निघून गेली.

''अरे, ह्या तर चिडल्या, त्यांना महत्त्वाचं सांगायचं राहून गेलं.''

मी आता गेलो. 'मधूला महत्त्वाचं काही सांगायचं आहे' हे मी म्हणायच्या आत सुषमा ओरडली,

''असल्या मवाल्यांना घरी आणत जाऊ नका.''

''हळू बोल, तो ऐकतोय ना!''

''त्याने ऐकावं म्हणूनच मोठ्या आवाजात मी बोलतेय. तेही तुमच्यात हिंमत नाही म्हणून.''

आमचा संवाद संपायच्या आत मध्या मधल्या दारात येऊन म्हणाला,

''सुषमा, तुझा फॉर्म चांगला आहे. तुला पंजाबी ड्रेस शोभेल एवढंच सांगायचं होतं.''

''ते तू सांगायची गरज नाही.''

मला वाटलं, एवढ्यावर तो गप्प बसेल. पण तो म्हणाला,

"त्याचं काय आहे, राज्यकर्ते, नेते हे जनतेने काहीही न विचारता सारखे आदेश देत असतात. त्याचा परिणाम माझ्यावर झालाय. मी सांगण्याची गरज नसली तरी तुम्ही देखण्या आहात, ह्या सत्यात बदल होत नाही."

मीच शेवटी मध्याला बाहेरच्या खोलीत पिटाळला.

त्या रात्री सुषमाने पार्टी संपल्यावर प्रचंड कांगावा केला. एवढ्याने समाधान न होऊन तिने माझी टेबलावरची डायरी घेतली आणि रात्री एक वाजता मध्याच्या घरी फोन केला. मी माझ्या डायरीत 'एम. के.' असं न लिहिता आम्ही सगळे त्याला नुसतं 'मध्या' म्हणतो, त्याप्रमाणे डायरीतसुद्धा 'मध्या' असं का लिहिलं?

फोनवर मधूची बायको असावी. सुषमा बोलली काय? तर...

"सभ्य माणसांच्या घरात परिचय नसलेल्या गृहिणींशी कसं वागायचं हे तुमच्या नवऱ्याला शिकवा."

इतकंच करून तिने फोन ठेवला.

"थेट लंकेला आग लावायची गरज होती का?"

सुषमाने उत्तर दिले नाही.

नंतरच्या दोन-तीन बैठकींना मध्या आला नाही. ते स्वाभाविक होतं आणि त्यानंतर एका बँक हॉलिडेला आमची 'सोमपान' बैठक दुपारी होती. अचानक ठरली. मध्याला बोलावलं नाही. तरीही तो कसा आला समजलं नाही. तो येताच मी त्याला म्हणालो,

"बाबा, तुला जाणूनबुजून टाळलं असं नाही."

"उसमें क्या बडी बात हुई? तो काय — आहे की हाऊसिंग सोसायटीची मीटिंग? ही सगळी नाटकं आहेत."

"कसली?"

"सर्क्युलर येतं. जनरल बॉडीची मीटिंग — साडेपाच वाजता सुरू होईल. पुरेसे सभासद न आल्यास त्याच जागी पंधरा मिनिटं वाट बघून सभेचं कामकाज सुरू होईल. आता मला— ज्या सभासदाला— आपण जायलाच हवं असं वाटत नाही तो साडेपाचलाच नाही का जाणार? तो वेळेवर आला नाही तर पंधरा मिनिटांनंतरही जाणार नाही करेक्ट? आता मी कसा! आमंत्रण नव्हतं, पण इच्छा होती. आलो की नाही?"

"बाबा रे, तुला टाळायचं नव्हतं."

"मला माहीत आहे. मला आमंत्रण मिळालं."

"आपल्या ग्रुपपैकी कुणीतरी..."

तेवढ्यात सुषमा बाहेर येत म्हणाली,
''मीच फोन केला होता.''
मी उडालोच!
सुषमा संपूर्णपणे पंजाबी ड्रेसमध्ये होती. त्या पेहरावात पाहताना मला तिचं वाक्यही ऐकू आलं नाही. मी पेहराव पाहूनच बेहोष झालो होतो, गौतम बुद्धाच्या विधानाची प्रचीती आता आली.
'शरीरातलं चैतन्य ज्या इंद्रियाशी एकरूप होतं तेच माणसाला जाणवतं.'
आता माझी नजर भारावली होती. सुषमाचं देखणेपण नव्याने जाणवलं होतं आणि त्याच वेळी मी भूतकाळात गेलो होतो.

सोलापूरला जायचं होतं. थ्री टायरचा खराब प्रवास. ''साडीऐवजी ड्रेस घाल म्हणजे वरचा बर्थ मिळाला तर साडीपेक्षा ड्रेस सुटसुटीत पडेल.''
एकाएकी उफाळून सुषमा म्हणाली,
''मला ही गोष्ट तुम्ही आयुष्यात दुसऱ्यांदा सुचवू नका.''

पाठीवर सणसणीत थप्पड बसल्यामुळे वर्तमानात आलो.
''बायको कशी दिसतेय सांग.'' मध्यानं विचारलं.
पण सुषमाने दिलेल्या उत्तराने माझ्या मन मागे आलं.
—नवऱ्याला लग्नापूर्वी मुलगी बघताना छान दिसते. ती मालकीची झाली म्हणजे — होतं.''
''बरं, मी चलतो!'' मध्या अनपेक्षितपणे म्हणाला.
''असं काय करतोयस!''
''वैनींनी...''
त्या पहिल्या दिवसासारखं, सरळ सुषमा म्हणलेलं त्या दिवशी आवडलं नव्हतं हेही सांगते.''
त्याने खुलासा केला,''सुषमा 'पंजाबी ड्रेस घालणार आहे. या!' असं आग्रहाने फोनवर म्हणाली,''चलो आज इतना काफी है''
त्याने चपला सरकवल्या आणि सुषमाने विचारलं,
''मग पळवून कधी नेणार ते सांगून टाका.''
''लौकर!''म्हणत मध्या गेला.
डोळ्यांना जे दिसतं ते नवऱ्याला भावत नाही. पण पुरुष वेगवेगळे असतात, नवरे सगळे सारखे असतात.'' शेवटचं भरतवाक्य ऐकवून सुषमा आत गेली.
—अभ्यागताची ओळख करून देताना 'ही माझी धर्मपत्नी' असंच अगदी

म्हटलं नाही तरीही पत्नी, बायको किंवा सौ. असंही म्हणत नाही. अशा प्रसंगी 'मीट माय वाईफ' हे साहेबी शब्द तोंडात का येतात? तर त्यापाठोपाठ आपली बायको शेकहँड करायला हात पुढे करत नाही म्हणून.
अमेरिकेत स्थायिक झालेल्या नाबरची मी जेव्हा ओळख करून दिली तेव्हा नाबरने शेकहँड करण्यासाठी हात पुढे केला; पण सुषमाने भारतीय परंपरेनुसार नाबरचा हात नव्वद अंशात तरंगत ठेवून नमस्कार केला.
त्यानंतर आठच दिवसांनी ढवळे भेटला. मी ओळख करून दिली. ढवळेने भारतीय रिवाजानुसार नमस्कार केला, तेव्हा मात्र सुषमाने शेकहँडसाठी हात पुढे करीत, मला सांगितलं,
''तुमच्या मित्राला जरा अमेरिकेन स्टाईल शिकवा की!''
मी ढवळेकडे पाहिलंच नाही. तो फार वेळ थांबलाही नाही. त्याच्या पोटात ढवळाढवळ सुरू झाली असावी.
नाबरच्या संदर्भात मी त्या दिवशी घरी आल्यावर जेव्हा विषय काढला तेव्हा सुषमा फणकाऱ्याने म्हणाली होती
''दुसऱ्यांच्या बायकांना स्पर्श करण्यासाठी पुरुष हपापलेलेच असतात. त्यांना त्यांची जागा दाखवता यावी म्हणूनच आपल्या धर्मात नमस्काराची प्रथा आहे.''
मी गप्प!
एकदम धर्माला हात घातल्यावर काय कराल?
रस्त्याच्या कडेला बसलेल्या दहा-बारा वर्षांच्या गरीब मुलाला एखादं नाणं दिलं आणि त्याने ते परत करीत, 'दान केल्याने मागणाऱ्याचं दास्य वाढतं आणि देणाऱ्याचा अहंकार वाढतो' असं काही ऐकवलं तर?
आणि नंतर आठच दिवसांनी ढवळेला लाजवणारी सुषमा.
ती खरंच धर्मपत्नीच आहे. धर्माने माझ्या गळ्यात मारलेली. चार भिंतींच्या आत तिला पत्नीधर्म माहीत नाही. तेव्हा ती निधर्मी. खरं तर निधर्मीसुद्धा नाही. ती निजधर्मी. तिच्या धर्माचं वर्म तिच्या सोयीप्रमाणे. ती ज्या वेळेला जसं वागेल, त्या वेळेपुरता तो तिचा धर्म.

या क्षणी पार्टीबिर्टी सगळं डोक्यातून गेलंय. निजधर्म शब्दाबरोबर सगळे मागचे प्रसंग डोळ्यांसमोर उभे राहिले. सुषमाच्या निजधर्माने मला किती वेळ चकवा दिला, ते आठवत राहिलं.
नेमका दिवस आठवत नाही; पण एके दिवशी ऑफिसमधून घरी येताना रसरशीत, अबोलीचे गजरे दिसले. मी एकदम चार गजरे घेतले. नुकतीच तिला मद्रास सिल्कची काळी साडी घेतली होती. तिची गोरी कातडी, काळी साडी

आणि डोक्यात अबोलीचा गजरा. एखाद्या चित्रकाराप्रमाणे माझ्या मनात कलरस्कीम तयार झाली होती. पण दार उघडलं जाताच माझ्या हाताकडे पाहत ती म्हणाली,
''आणून आणलेत ते अबोलीचे गरजे! ह्यांना फक्त रंग असतो वास नसतो, हेही तुम्हाला माहीत नाही.''
मी सांगितलं,
''रंगसंगतीकरताच हा गजरा आणला आहे. आणि तसं म्हणशील तर एकदा केसात गजरा माळला की तो स्वत:ला कधी दिसतच नाही. इतरांनाच दिसतो. म्हणजे तुझ्या दृष्टीने काही फरक पडत नाही.''
''म्हणजे गजरे आणलेत ते स्वत:च्या आनंदाकरता. मी तुम्हाला आणखीन आकर्षक दिसावी म्हणून. स्वत:च्या नेत्रसुखासाठी. पत्नी म्हणजे तुम्हाला साड्यांच्या दुकानातल्या शोरूममधली पुतळ्याची बाई वाटली का?''
गजऱ्याच्या अगोदर मीच सुकून गेलो.

मध्ये अनेक वर्षं गेली आणि जेव्हा आम्ही त्या तक्षकाच्या आहारी गेलो तेव्हा घडलेली एक घटना.
सुषमाने पहिल्या दिवशी मध्याचा अपमान केला. तुझ्या बायकोला मी पळवणार असं म्हणणारा मध्या नंतर फिरकलाच नाही. नंतर म्हणजे त्याने सुषमाला पंजाबी ड्रेसमध्ये पाहिल्यानंतर. मध्याचं बोलणं मी कधीच मनावर घेत नाही. त्यामुळे कामावर जाण्यापूर्वी आजच मध्याने सुषमाने पळवलं तर, असा विचारही शिवला नाही. त्यातून पार्टीमध्ये मध्याचा विषय निघालाच तर सुषमा तातडीने तो विषय बंद करत असे. तिच्या कपाळावरच्या आठ्या पाहूनच इतर गप्प बसत. अट्टहासाने पंजाबी ड्रेस घालण्यामागे मध्याच्या रसिकत्वाला दाद देण्यापेक्षाही नवऱ्याला बायको सुंदर दिसत नाही, हेच तिला ऐकवायचं असेल. मनातल्या मनात मध्याबद्दल राग असूनही मला खिजवण्यासाठी तिने पंजाबी ड्रेस घातला असावा.
एका पार्टीत तर ती म्हणाली, ''मध्या यायचा बंद झाला ते बरंच आहे.''
पुरोहित काय ते समजला.
काय गंमत आहे! पुरोहितची तऱ्हा वेगळी. तो सुषमावर लट्टू आहे, हे मला माहितीये. पण तो प्रचंड सावध असतो. पार्टीला येताना तो एकदम वीस-पंचवीस मोगऱ्याचे गजरे आणतो. आमच्या सगळ्या सभासदांना तो पहिल्यांदा गजरे वाटतो. नंतर 'वहिनी' म्हणून सुषमाला बोलावतो. खाली मान घालून म्हणतो, 'फ्रिजमध्ये ठेवलेत तर दोन दिवस टिकतील' ह्यापलीकडे त्याची

मजल जात नाही; पण सुषमा बैठकीत आली नाही तर तो कावराबावरा होतो. तिला हाक मारण्याची त्याची हिंमत होत नाही. ती आपणहून अचानक आली तर त्याचा चेहरा हां हां म्हणता बदलतो. घरामध्ये दिवे गेल्यामुळे बराच वेळ आपण अंधारात बसतो आणि एकदम वीजप्रवाह सुरू झाला की त्या क्षणी आपण टवटवीत होतो. पुरोहितचा चेहरा असाच होतो. आपण पुरोहितच्या मनात घर केलं आहे, हे सुषमा जाणून आहे. त्यामुळे कोणत्या ना कोणत्या निमित्ताने ती वारंवार बैठकीत येत राहते. त्याला खाण्याचा आग्रह करते; पण फार पिऊ नका असंही सांगते.

मध्या बोलका तर पुरोहित अबोल. ह्यापैकी एक सुषमाला आवडतो नि एक आवडत नाही. इथपर्यंत मी समजू शकतो; पण एकदा पुरोहितने नेहमीसारखेच मोगऱ्याचे गजरे आणले आणि त्यात दोनच गजरे अबोलीचे होते. चेहऱ्यावर प्रचंड आश्चर्य आणि कौतुक दाखवत सुषमा म्हणाली,

''भाऊजी, मला अबोलीचे गजरे फार आवडतात, हे तुम्हाला कसं कळलं?''

आज ह्या सगळ्या अशाच आठवणी उफाळून येत आहेत.

घरात पाळणा हलला. शिरीषच्या खोड्या, त्याच्या वयानुसार वाढतच राहिल्या. खरं तर त्याचे सगळेच खेळ आणि खोड्या स्वान्तसुखाय होत्या. आपल्या खेळण्यामुळे घरातल्या माणसांना उपद्रव होतो हे त्याच्या गावीही नसे. तो खरं तर स्वतःतच रमणारा मुलगा. जमीन म्हणजे तलाव आणि पलंग म्हणजे उंच खडक असं समजून तो पलंगावरून खाली उड्या मारायचा. पलंगावरच्या चादरीला साहजिकच सुषमाच्या कपाळावरच्या आठ्यांप्रमाणे सुरकुत्या पडायच्या. तसं झालं की बाईसाहेबांचं डोकं आऊट! कामावरून घरी आलो म्हणजे पायांतले बूट काढायच्या आत शिरीषबद्दलच्या तक्रारी सुरू. 'तुम्ही त्याला एकदा सणसणीत बडवून काढा—' ह्या वाक्यावर तक्रारींचा शेवट व्हायचा. एकच गोष्ट मी तिला वारंवार सांगत आलो,

''त्याच्या वयाप्रमाणे तो आपला जीव रमवणारच. तो तुला चिडवण्याकरता जाणूनबुजून काही करत असेल तर तिथल्या तिथे शिक्षा करत जा. माझ्याकडे तक्रारी करत जाऊ नकोस. तू तक्रारी करणारी आणि मी अकारण त्याला झोडपून काढणारा असं घडत गेलं तर त्याचं दोघांबद्दल मत वाईट होईल. मी कामावरून कधी येतो याची आज तो वाट पाहतो. कालांतराने मी घरी येणे ही त्याला दहशत वाटेल. तसंच फारच ताळ सोडून वागला आणि तू लगेच शिक्षा केलीस — आपल्याला शिक्षा का झाली हे कळेल त्याला समजलं?

सुषमाला ते कधीच समजलं नाही.

एके दिवशी तक्रारींचा अतिरेक झाला तेव्हा मी शिरीषवर न चिडता सुषमावर चिडून हातात छडी घेतली. तो मस्तपैकी बाहेर खेळत होता. आनंदात असलेल्या शिरीषला मी ओरडून हाक मारली. तो कावराबावरा होऊन आला. माझ्या हातातली छडी पाहून तो दोन पावलं मागे सरकला.
''आईला छळतोस?''
असं म्हणत मी सपासप वार करू लागलो. तो तळमळत होता. माझं ते वागणं आजही — म्हणजे शिरीषचं लग्न झाल्यावरही अतिरेकी वाटतं. माझी अपेक्षा त्या वेळी फार वेगळी होती. दोन-तीन छड्या बसताच सुषमा मध्ये पडेल, मला थांबवेल, ह्याची वाट पाहत मी मारत राहिलो. आई मध्ये पडत नाही तेव्हा आपल्या संरक्षणासाठी आईच्या मागे लपून उपयोग होणार नाही, एवढी जाण शिरीषला त्या वयात आली होती. सुषमाची नजरसुद्धा 'चाललंय ते योग्य चाललंय' असं सांगत होती. खराखुरा राग आला तर तो लवकर निवळतो. माझा राग उसना होता. तो थांबवण्यासाठी मध्यस्थाची गरज होती. शिरीषचा आक्रोश ऐकून शेजारचे लोक आले. शिरीष त्यांच्याबरोबर गेला आणि एक रात्र त्यांच्याकडेच झोपला हातातली छडी फेकत मी सुषमाला विचारलं,
''मी उसनं अवसान आणून त्याला मारलं इतकंही तुला समजलं नाही? त्याचं रडणं तुला कसं ऐकवलं? आई आहेस का कोण आहेस?''
ती संथपणे म्हणाली,
''म्हणजे मुलांचं काही चुकतंय असं तुम्हाला वाटलंच नाही का?''
''आपल्या देखत जर एखादी घटना घडली तरच स्वाभाविक प्रतिक्रिया प्रकट होतात.''
''ह्याचा अर्थ मनातल्या मनात तुम्ही मला मारत होतात.''
''तसं समज!''
एवढंच बोलून मी गप्प राहिलो.

मला ॲरिअर्स मिळाल्या आणि प्रमोशन मिळालं त्याच्या आधारावर मी फ्लॅट घेतला. चारही बाजूला झोपड्या होत्या. सोसायटीच्या फाटकापर्यंत मोटारसायकलने जाणं हेही दिव्य होतं. चारही बाजूंनी झोपड्या होत्या हेही म्हणणं चुकीचंच. पुढे असणाऱ्या झोपड्यांची जागा अडवून आमची इमारत वृंदावनासारखी मध्यभागी बांधली गेली. रात्री-अपरात्री कोणत्या तरी लहान मुलाच्या रडणाऱ्या कर्कश्श आवाज आमच्यापर्यंत पोहोचतो. आता हीच सुषमा मला मी पडलो असतानाही उठवते.
''आत्ताच्या आत्ता खाली जा, कुठल्या झोपडीतलं मूल रडतंय ते पाहा, त्याच्या

आईवडिलांना धारेवर धरा. मारण्यासाठी मुलांना जन्माला घातलंत का ते विचारा. त्या मुलाचं रडणं सहन होत नाही.''
मी आश्चर्याने विचारलं,
''तुला सहन होत नाही? त्या मुलाचा आपल्याशी संबंध काय?''
तिने तोऱ्यात उत्तर दिलं,
''कोणत्याही बाईचं एक बाळंतपण झालं तरी समाजातील सगळी मुलं तिचीच असतात. जमिनीमध्ये हजारो रोपं असतात. त्यातलं एक रोप जरी कुणी उपटलं तरी जमिनीला निर्वंश झाल्यासारखं वाटतं.''
मी सुषमाकडे पाहताच राहिलो. ही मुक्ताबाई की बहिणाबाई? चेहरा न पाहिलेल्या मुलाचं रडणं आज हिला ऐकवत नाही. काहीही संबंध नसलेल्या, किंबहुना उपद्रवच असलेल्या झोपडपट्टीबद्दल हिच्या मनात कणव. मग सख्ख्या मुलाच्या अंगावर ठिकठिकाणी छडीचे वळ उठत असताना ही मुक्ताबाई कुठं गेली होती?

लग्नानंतर पहिल्यांदाच हॉटेलमध्ये गेलो. महागड्या स्टार हॉटेलमध्ये जाणं मला परवडणारं नव्हतं. थ्री स्टार, फाईव्ह स्टार ह्याचा अर्थ बिल भरताना आपल्या डोळ्यांसमोर जे स्टार चमकतात त्याला थ्री स्टार म्हणतात.
''व्हेज, नॉनव्हेज काय आवडेल?''
तर तिचं उत्तर,
''नॉनव्हेज? आयुष्यात नाव काढू नका.''
''एकदा खाऊन तर बघ.''
''जगात नॉनव्हेज खाणारी एवढी माणसं आहेत. तुमच्यासारखा चवीसाठी चोखंदळ असलेला माणूसही उडी मारून खातो तेव्हा ते चविष्ट असणार, यात शंका नाही. आपले संस्कार आपल्या आड येतात. नॉनव्हेजला मी स्पर्श करणार नाही असं घरात मी वचन दिलं, तेव्हाच वडिलांनी मला तुमच्याशी लग्न करायला परवानगी दिली.''
''पाप-पुण्य अशा काही कल्पना आहेत का? अनेकजणांमुळे अशीच काही शपथ घेतल्यामुळे त्यांच्या दडपणाखाली वावरते आहेस का? मी जर तुला फसवून खायला घातलं तर पत्ता लागणार नाही. मिटक्या मारत खाशील.''
सुषमा म्हणाली, ''चवीबद्दल शंका नाहीच आहे. मी सहज फसेन. फसवण्यात काहीच गैर नाही, असं तुम्हाला वाटत असेल तर तसं करा.''
माझा नाइलाज झाला.
त्यानंतर आठच दिवसांनंतरची गोष्ट. ऑफिसमध्ये ओव्हरटाईम होता. घर

लवकर गाठायच्या घाईत किल्ल्या ऑफिसात राहिल्या, हे वॉर्डरोबसमोर उभा राहिलो तेव्हा कळलं. सुषमा आंघोळीला गेली होती.

''डुप्लिकेट किल्ल्या माझ्या पर्समध्ये आहेत.'' तिने आतूनच उत्तर दिलं.

बायकांच्या पर्सला हात लावायचा नाही —मग ती बायकोची असली तरी—हा दंडक मी आत्तापर्यंत पाळला होता. त्या दिवशी मी पर्स उघडली.

किल्ल्यांबरोबरच एक कागद बाहेर आला. ज्या हॉटेलमध्ये मी तिला नेलं होतं, त्याच हॉटेलची ती पावती होती. मी पावती वाचली. 'बोनलेस बटर चिकन' हे पहिलंच नाव वाचलं आणि पुढची 'नान', 'पराठा' ही यादी वाचलीच नाही. ऑफिसला उशीर होत होता तरी थांबलो. तिची आंघोळ होताक्षणी तिच्यासमोर ती पावती धरली. ''कोण गेलं होतं हॉटेलात?''

केस झटकत ती म्हणाली, ''मी.''

''तू नॉनव्हेज खाल्लंस?''

''शांतपणे 'होय' असं उत्तर आलं.

''तुझी तत्त्वं, शपथा, परंपरा, संस्कार हे सगळं गेलं कुठं?''

''लग्नापूर्वी पुरुष ज्याप्रमाणे अमर प्रेमाच्या शपथा घेतात तशाच शपथा होत्या. एकदा अनुभव घ्यायला काय हरकत आहे? अनुभवातून जे मिळतं, ते शिकवणी ठेवून मिळत नाही.''

''आपण गेलो होतो तेव्हा तो आनंद मला का नाही दिलास?''

''काय फरक पडला असता?''

''घरी एकदम पाच पाहुणे आले तर त्यातला एक कॉफी पिणारा असतो. कुणीही एकमेकांच्या कपातलं पीत नाही. पण आपल्याभोवती आपल्याच चॉईसची माणसं आहेत हा आनंद वेगळा असतो.''

''नॉनव्हेजचा आनंद मी थोडा उशिरा घेतला.''

''माझ्यासमोर का नाही?''

''हा तुमच्यातला अहंकार बोलतोय. तुम्हाला हवा असलेला आनंद बायकोने तुम्हाला न सांगता एकटीने घेतला, हे तुम्हाला डाचतंय. खरं प्रेम करणारा नवरा म्हणाला असता, 'उशिरा का होईना, तुला नॉनव्हेज आवडलं यात मला जो आनंद आहे, तो तुला फसवून खायला घालण्यात नव्हता.' म्हणून मी म्हणते, मी नॉनव्हेज खाल्लं ह्याचा राग आहे, का न सांगता खाल्लं ह्याचा राग आहे, हे ठरवा आणि पुढचं बोला.''

''मला कशाचाच राग नाही. मला आवडणारा पदार्थ तू तेवढ्याच चवीने माझ्यासमोर खात आहेस, ह्यात एक वेगळा आनंद होता. पतीपत्नीने अद्वैताकडे जे जायचं असतं, त्याची सुरुवातीची पाऊलवाट एकमेकांच्या आवडीनिवडी

जपण्यापासूनच सुरू होते. जिथून गाडी सुटते, तिथेच तीन तास लेट झाली तर नंतर तिने कितीही धावाधाव केली तरीही प्रवासाचा वेग आपल्या अंगात भिनत नाही. गतीशी एकरूप होण्यातला आनंद वेगळा असतो. संसारातले स्पीडब्रेकर्स इतक्या छोट्या घटनांनी तयार होतात. जे लांबून दिसतात, तिथे आपण आपल्या वाहनाची गती कमी करतो. तुझा हा स्पीडब्रेकर हा अंधारातला होता आणि त्याहीपेक्षा मुख्य म्हणजे ह्याची आवश्यकता नव्हती. हे असे अंधारातले स्पीडब्रेकर्स टाळलेस तर संसार सुखाचा होईल.''

ह्या घटना अगदीच मामुली आहेत. काचेचं भांडं फुटतंच. पण हातातून ग्लास निसटणं आणि मुद्दाम आपटणं ह्यात खूप फरक आहे. काचेला ह्यातला फरक कळत नाही. जाणिवा असलेल्यांना कळतं. जमिनीवर पडलेले तुकडे फेकून देता येतात. तरीही त्यातले सगळेच तुकडे केराच्या टोपलीत पडत नाहीत. नजरेच्या टप्प्यातून सुटलेला एखादा काचेचा त्रिकोणी तुकडा अचानक पायात घुसतो. तो पायातला तुकडाही काढता येतो; पण त्या प्रसंगाची आठवण झाली म्हणजे तोच तुकडा मनाच्या तळाशी वास्तव्य करून राहिला आहे, हे कोणत्या तरी क्षणी केव्हाही आठवतं. मन दुभंगत जातं ते असंच. टोचला म्हणून आपोआप सापडला हे समाधानही मिळत नाही.

असाच एक भयानक तुकडा मला आजही हैराण करतो. प्रमोशन मिळालं. पाठोपाठ केबिनही मिळाली. शिवाय हाताखाली स्टेनो. 'मे आय कम इन सर?' असं म्हणत ती आत आली.

'येस्!' म्हटल्यावर समोरच्या खुर्चीत येऊन बसली. क्षण दोन क्षण मी कोणत्या फाईलसाठी हिला बोलावलं, याचं मला विस्मरण झालं. लग्नाच्या वेळची सुषमा डोळ्यांसमोर उभी राहिली. स्वयंवराची प्रथा ह्याही शतकात असती तर सुषमाने स्वयंवरच केलं असतं. तरीसुद्धा शिवानीचं सौंदर्य वेगळंच होतं. इतकं सात्त्विक सौंदर्य, भावपूर्ण डोळे, शब्द झेलण्यासाठी आतुर झालेला चेहरा—सगळं सगळं. त्यातला त्यात चेहरा स्टेनोला शोभण्यासारखा होता. टाइपरायटरच्या की-बोर्डचा मला जेव्हा हेवा वाटला तेव्हा माझ्या पंचेचाळिशीत, पंचविशी कधी डोकावून गेली, हे मला कळलं नाही.

घरी आल्याबरोबर मी प्रथम सुषमाला शिवानीबद्दल सगळं बोललो.

''तिला एकदा बघितली पाहिजे.'' सुषमाही सहजपणे म्हणाली,

''ह्या शनिवारी घरी आणू का?''

''जरूर! गप्पा मारता-मारता तिला खायला काय आवडतं ते काढून घ्या. म्हणजे जय्यत तयारी ठेवते.''

"इतक्या अल्प ओळखीत ते शक्य होणार नाही. आणि प्रत्येक वेळेला डिक्टेशन घेण्यासाठी तीच येईल असंही नाही. अवांतर गप्पांना वेळच उरत नाही. तू तुझ्या पद्धतीचे खास पदार्थ कर.''

शिवानी त्याप्रमाणे आली. मी कितीही परिचितांसारखं बोलणं-वागणं ठेवलं तरीही तिच्या दृष्टीने माझं घर म्हणजे 'बॉसचं घर.' सुषमाने स्वागतात कमतरता ठेवलेली नव्हती. धाकट्या बहिणीची विचारपूस करावी तशा तिने चौकशा केल्या. निरोप देताना, 'तुला जेव्हा यावंसं वाटेल तेव्हा बेधडक ये. मी घरातच असते' हे सांगितलं. शिवानी गेली आणि मला हलकं वाटलं. तो एकच दिवस. त्यानंतर रोज घरी पोहोचताच —'काय म्हणते तुमची लाडकी? आता तरी तिच्या आवडीनिवडी कळल्या का? नाटक, सिनेमा यांपैकी तिला काय आवडतं? का चौपाटीवर फिरायला आवडतं?'
ह्या स्वरूपाचे सगळे प्रश्न —ऑफिस असताना मध्येच आम्ही दोघं कुठेतरी जात असू या संशयाने— विचारले जात. ह्यातून सुटका कुणाला मागायची? अचानक शिवानीचं लग्न ठरलं आणि महिन्याच्या आतच ती बडोद्याला गेली. नंतर आठ दिवस मी रोज संध्याकाळचं नाटक पाहून घरी उशिरा जायला लागलो. नाटकाची तिकिटं टेबलावर काढून ठेवायला मी विसरत नसे. रेल्वेच्या तिकिटाप्रमाणे नाटकाच्या तिकिटांवर प्रेक्षकांचं नाव लिहीत नाहीत, हे बरं आहे. गिरीधरची बायको बाळंतपणासाठी माहेरी गेली होती म्हणून त्यानेही माझ्याबरोबर रोज एक नाटक बघितलं.
पाचव्या की सहाव्या दिवशी सुषमाने विचारलं, ''शिवानीला घरापर्यंत सोडून येता ना? ही लहान आहे. एका तरुण पोरीची जबाबदारी स्वीकारणं हे काही सोपं काम नाही.''
मी मुद्दाम म्हटलं, ''मोटारसायकल फाटकात उभी करतो, तिच्या घराची बेल वाजवतो. ती घरात गेली म्हणजे परत फिरतो.''

इतक्या शांतपणे सुषमाने हे सगळं कसं स्वीकारलं, हे मला समजलंच नाही; पण रविवारी गादीवरची चादर बदलायची म्हणून पहिली चादर ओढून काढली. त्या चादरीबरोबर शिवानीच्या लग्नाची आमंत्रणपत्रिका खाली पडली. शिवानीने मला शेवटच्या दिवशी घाईघाईने लिफ्टमध्येच पत्रिका दिली होती.
''सर, आय ॲम सॉरी. मला घरी येऊन आमंत्रण द्यायचं होतं; पण नाही जमलं. त्यातून प्रयत्न करीन. वहिनींना स्वत: आमंत्रण केल्याशिवाय मला बरं वाटणार नाही.''

सुषमाला मी डायरेक्ट प्रश्न विचारला, ''रिसेप्शनला गेली होतीस का?''
''मला ती संध्याकाळची घाईगडबड आवडत नाही. मी दुपारीच व्यवस्थित जेवून आले.''
हा आणखीन एक अंधारातला स्पीडब्रेकर.

शिवानी राजीनामा द्यायला आली ती जोडीदाराला घेऊनच. मी तिचं आणि उमेशचं स्वागत केलं. दोघांच्या अंगावर कोरे कपडे होते, त्याचं मला काही वाटलं नाही; कारण आज मीटिंग असल्यामुळे मीही सुटाबुटात आलो होतो. उमेशशी बोलताना छातीतून बारीक कळ का येत होती, कुणास ठाऊक! कारण समजणं फार अवघड होतं. माझं दुसरं मन मला चपराक मारीत होतं. स्वत:चं वय चाळिशी-पन्नाशीकडे झुकायला लागलं म्हणजे पंचविशीतल्या तरुणांचा— खरं म्हणजे तारुण्य ह्या अवस्थेचा स्वीकार —स्वागत करणं कठीण जातं. कोण्या एके काळी आपणही ह्या वयातले आनंद उपभोगलेले असतात. तरीही विषाद का वाटतो?
आधुनिक सायन्समुळे.
आपल्या पंचविशीत सायकल होती. आताच्या तरुणांकडे हिरो होंडापासून मारुतीपर्यंत वाहनं आहेत. आपल्यावेळी गर्ल फ्रेंड, पॉकेटमनी, ट्रेकिंग, रोझ डे ह्या चालीरीती नव्हत्या. तारुण्याबरोबर वैभवाची आणि शास्त्रीय संशोधनाची साथ लागते. तो बहर आमच्या लहानपणी नव्हता. म्हणूनच आजचं तारुण्य एकमेकांना 'हाऽय' करतं, तेव्हा वार्धक्याकडे नेणारा आपला प्रवास पन्नाशीत 'हाय् हाय्' करत राहिलो. शेष राहतो तो फक्त 'निषेध.' आमच्या लहानपणी हे असं काही नव्हतं असं म्हणताना तेव्हा लूत लागल्यासारखी झोपडपट्टी नव्हती, पोल्यूशन नव्हतं, प्रवास सुखकर वाटायचा, खेळायला पटांगणं होती, खूप झाडं होती, ह्या वैभवाचा विसर पडतो. परीक्षा वेळच्या वेळी व्हायच्या, रिझल्ट वेळेवर लागायचे, ते खरे असायचे, गल्लोगल्ली क्लासेस नव्हते. डिग्री विकत मिळत नव्हती. मॅट्रिक म्हणजे सध्याची दहावी म्हटल्यावर वर्षभर अमावास्या असा जमाना नव्हता. आणि सध्या?
एखादा मुलगा जरी दहावीला बसतोय म्हटलं म्हणजे तो जिथं राहतो ती संपूर्ण इमारत काळवंडल्यासारखी दिसते.
आमच्या लहानपणी हे तणाव नव्हते. वर्तमानात जगणाऱ्यालाच त्याची किंमत कळते. निसर्ग तुम्हाला फक्त आनंद आणि आनंदच देतो. विज्ञान सुखसोयी पुरवतं. आजची तरुण पिढी एअरकंडिशण्ड मारुतीतून फिरताना टेपरेकॉर्डरची गाणी ऐकतानाही गाडीतल्या सहप्रवाशांना 'सध्या जाम बोअर झालोय' म्हणते.

मानसिक आनंद ही वेगळीच साधना आहे. तो निसर्गपुत्र आहे.
विज्ञान तुम्हाला सुखसोयी पुरवतं.
स्वत:चं बालपण सुखद का वाटतं? तर तुलना करायला दुसरा जीवनक्रमच नसतो. पण तारुण्याचं तसं नसतं आणि म्हणूनच शिवानीला उमेशबरोबर पाहताना माझं स्वत:चं काहीतरी हिरावलं जातंय, असं वाटत होतं. त्याच क्षणी दुसरा विचार मनात आला, आपण सुषमाशी लग्न केलं, त्या वेळी कितीजणांना सुषमाच्या संदर्भात हे असं माझ्यासारखंच वाटलं असेल?
शिवानीचा आणि माझा सहवास किती? माझ्या डिपार्टमेंटला ती तीनच महिने होती. रोजचं डिक्टेशन अर्धा तास धरलं तर चाळीस-पंचेचाळीस ताससुद्धा होत नाहीत. ती त्या तासात माझे शब्द झेलत होती, ते सगळे ऑफिसला लागणारे शब्द. आणि आता ती शॉर्टहँडची वही न घेता उमेशचे शब्द झेलणार.
नुसते शब्दच का...?
ह्या बेचैनीवर उपाय म्हणून आठ दिवस रोज नाटक. शिवानी बडोद्याला गेल्याचं सुषमाला समजलं असेल की नाही...मी चौकशीच्या फंदात पडलो नाही.
शिवानीचं लग्नं झालं. वाचलो! सुषमात फरक पडला नव्हता, तरी घर उजळल्यासारखं वाटत होतं.
"तुम्हाला आता ऑफिस खायला उठत असेल." जेवता-जेवता सुषमाने विचारलं.
"का?"
"शिवानी नाही म्हणून."
"एकदा माझी केबिन बघायला ये. फायलींचे ढिगारे मोज. पंधरा मिनिटांत किती फोन येतात ते पाहा."
"तरीसुद्धा शिवानीमुळे जो दिलासा मिळत होता, तोही नाही."
तिच्या ह्या वक्तव्यावर मी कोणतीच प्रतिक्रिया व्यक्त केली नाही. दोन-चारच दिवस मध्ये गेले. मी ऑफिसला जाण्याच्या गडबडीत. तेवढ्यात सुषमानं विचारलं,
"रिसेप्शनला गेला होतात तेव्हा शिवानीबरोबर तुमचे फोटो काढलेच असतील."
मी जरा गडबडलोच. आपण अनेकदा अगदी वेगळ्या विचारामध्ये अडकलेलो असतो, अशा वेळी पूर्ण संदर्भ नसलेला प्रश्न जर कुणी विचारला तर हातोडीचा फटका खिळ्यावर न बसता बोटावर बसल्यासारखं होतं. माझ्याकडून उत्तराला विलंब झालेला सुषमाला खपला नाही. मी गोंधळलो ह्याचा तिला आनंदच वाटत होता. एखादी हकीकत जाता-जाता सांगावी त्याप्रमाणे ती

म्हणाली, ''जेवताना पंक्तीत माझे दोन-तीन फोटो काढले. त्याशिवाय व्हिडिओ होताच. रिसेप्शनसुद्धा व्हिडिओशिवाय झालं नसेल.''

तोपर्यंत मी सावरलो होतो. आता मी उत्तर तयारच ठेवलं होतं. बुटाच्या नाड्या बांधताना वर न बघता मी सांगितलं,

''बापरे! माझ्यावर तर हल्लाच झाला. मी मांडवात प्रवेश केल्यापासून शिवानीला प्रेझेंट देईपर्यंत व्हिडिओ कॅमेरा माझ्यावरच होता. त्याशिवाय फोटो. त्यातला एक फोटो तर शिवानीच्या नवऱ्याने काढला. त्याने मला शिवानीच्या शेजारीच उभं राहायला सांगितलं. मी नेहमीसारखा उभा राहिलो; पण शिवानीचा नवरा भलताच स्पोर्टिव्ह. कॅमेऱ्यातून आमच्याकडे बघत तो म्हणाला, ''असे बसच्या रांगेत उभे राहिल्यासारखे काय उभे राहता? जरा खांद्यावर हात ठेवा.'' मग मी भीत भीत तिच्या खांद्यावर हात ठेवला.''

माझ्याकडे खोचक नजरेने पाहत सुषमाने विचारलं,

''भीत भीत?''

''ऑफकोर्स!''

''पण ऑफिसच्या केबिनमध्ये तुम्ही नेट प्रॅक्टिस खूप केली असेल.''

''केबिनची गोष्ट वेगळी. आम्ही दोघंच असायचो. इथं मांडवात तिचे सगळे नातेवाईक समोर उभे आणि प्रत्यक्ष नवराच फोटो काढतोय, तेव्हा..'' मी वाक्य अर्ध्यावरच सोडलं.

''सांगा ना!''

''शिवानीच्या नवऱ्याला मी घेतलेली पोज आवडली नाही. तो सरळ पुढे आला आणि माझा डावा हात शिवानीच्या कमरेमागून ओढून घेतला. मी तिला कवेत घेतली आहे असं वाटावं, अशी पोज दिली आणि मग फोटो काढला.''

''कॉपीज येतीलच म्हणा!''

ह्यावर उत्तर न देता मी बाहेर पडलो.

दर दोन-तीन दिवसांनी 'अजून फोटो का आले नाहीत?' असं सुषमा विचारायची.

एकदा तिचं नेहमीसारखं डोकं चालवत फोटोची चौकशी करून ती म्हणाली, ''मीसुद्धा बावळटच आहे. ऑफिसच्या पत्त्यावर फोटो कधीच आले असतील.''

शिवानी इतिहासजमा झाली आणि फडके नावाची स्टेनो माझ्या डिपार्टमेंटला आली. ती बाहेरच्या हॉलमध्ये आलेली मला समजले नाही. फोन वाजला मी उचलला.

''अरे, मी अच्युत बोलतोय.''

"हांऽ बोल!"
"तुझ्या डिपार्टमेंटला फडके नावाची स्टेनो आलीय. जरा सावध राहा हे सांगण्याकरता फोन केला."
त्यानंतर एक-दोन ऑफिसमॅटर्सबद्दल आम्ही बोललो आणि 'भेट केव्हातरी!' असं म्हणून अच्युतने फोन ठेवून दिला. त्या दिवशी संध्याकाळपर्यंत स्टेनोची गरज भासली नाही; पण ऑफिस सुटायला पंधरा-वीस मिनिटं असतानाच रिपोर्ट करावा लागला. सगळ्यांनाच लवकर जायची सवय झालेली. रिपोर्ट उद्या सकाळी लिहावा हा विचार एकीकडे मनात येता-येता माझा फोनकडे हात कधी गेला, हे मला कळलं नाही. मी शिपायाला म्हटलं,
"स्टेनोला पाठव."
ती आत आली. अच्युतने सांगितलेली गोष्ट तिच्याकडे पाहताक्षणी मला पटली. ह्याला फर्स्ट इम्प्रेशन म्हणायचं की पूर्वदूषित नजर म्हणायची? तिने केलेला मेकअप, कोरलेल्या भुवया, हेतूपूर्वक केलेली केशरचना तिच्याबद्दल बरंच काही सांगत होती.
"सर बोलावलंत?"
"तुम्हीच ना फडके?"
सरळ 'हो' न म्हणता लाडिकपणे म्हणाली,
"सर, मी तुमच्यापेक्षा कितीतरी लहान आहे. मला अहो-जाहो काय म्हणताय?"
काहीही न बोलता मी फाईल उघडली, डिक्टेशन द्यायला सुरुवात केली. पाच ते आठ मिनिटांत काम आटपलं.
"आता टाईप करून देऊ की उद्या सकाळी?"
"आत्ताच रिपोर्ट हवाय."
ती बाहेर गेली आणि मी विचारात पडलो, त्या दिव्यापासून सांभाळायचं म्हणजे नेमकं काय करायचं? तसं ते फार अवघड नव्हतं.
नुसतं 'स्टेनोला बोलाव' असं शिपायाला न सांगता 'सावंतांना बोलाव' असं सांगायचं.
दुसऱ्या दिवशी मी कटाक्षाने सावंतांना बोलावलं आणि फडके आलेली पाहून चक्रावलो.
"सर, सावंत आत्ताच कँटिनमध्ये गेलेत म्हणून मी आले. चालेल ना मी आलेली?"
"आय ॲम कन्सर्न्ड विथ द वर्क ॲण्ड नॉट विथ द पर्सन."
"सर, आय ॲम सॉरी! मी नवीनच आहे. मला जरा सांभाळून घ्या."

स्टेनोग्राफर म्हणून ती परफेक्ट होती. स्पेलिंग्जच्या चुका कोठेही नव्हत्या. नटावं, चांगलं राहावं असं ह्या वयात वाटतंच. प्रश्न येतो तो वागणुकीबद्दल. आपण ज्याला ओव्हरडुईंग म्हणतो तिकडे तिचा कल होता. तिसऱ्या माणसाला शंका यावी अशी तिची नजर होती. बोलण्यातला अघळपघळपणा नको इतकी जवळीक दाखवणारा होता. एकदा असं वाटूनही गेलं की, तिला विश्वासात घ्यावी आणि तिच्याबद्दल गैरसमज होणार नाहीत ह्याबद्दल काही मार्गदर्शन करावं. ते मी टाळलं. कारण त्याचाच फायदा घेऊन मी तिला जवळची समजतो, तिच्याबद्दल काळजी वाटते,   असा समज करून घेतला तर?

पण ती त्याच्याही पलीकडची निघाली. नेहमीप्रमाणे मी घरी आलो आणि दारातच ओळखीच्या, उंच टाचांच्या सँडल्स दिसल्या. सुषमा स्वागत करायला पुढे आली.

''बरं झालं लवकर आलात ते! मला वाटलं, आजही तुम्हाला उशीर होणार. मघापासून मी नलिनीला थोपवून धरलंय.''

आतल्या खोलीत गेलो. पाहिलं तर ही बया —फडके!

तिचं स्वतःचं नाव जाणून घेण्याचा मी आत्तापर्यंत प्रयत्नही केला नव्हता. मला पाहताच ती उठून उभी राहिली तोच सुषमा म्हणाली,

''नले, उभं राहायला हे काही ऑफिस नाही. घर आहे.''

मी तसाच खोलीतून बाहेर पडलो. 'दोन मिनिटांत आलो' असं म्हणत सरळ बाहेर पडलो. झोपडपट्टी जिथे संपते त्या कोपऱ्यापर्यंत गेलो. चांगला अर्धा तास उभा राहिलो. फडकेला सोडायला सुषमाही झोपडपट्टीच्या बॉर्डरपर्यंत आली आणि फडकेला निरोप देऊन मागे आली. त्यानंतर दहा मिनिटांनी मी घरी गेलो.

''शिवानीला मागे सारील अशी स्टेनो तुम्हाला मिळाली ना?''

थोडा वरचा सूर लावत मी सुषमाला म्हटलं,

''जरा इथं बस. माझं शांतपणे ऐक. तू या फडकेची शिवानीबरोबर तुलना करतेस ह्याचं नवल वाटतं. बायकाच बायकांची नजर ओळखतात. निर्व्याज शिवानीच्या नखाचीसुद्धा हिला सर नाही. माझ्याबद्दल तुला थोडी जरी आस्था वाटत असेल तर नलिनीशी मैत्री वाढवू नकोस, ह्याहीपेक्षा स्पष्ट सांगायचं झालं तर ह्या मुलीपासून मला वाचव! ऑफिसमध्ये मी योग्य खबरदारी घेतोच आहे. पण तू जर घरगुती माया दाखवायला लागलीस, तर मला ते खूप तापदायक होईल. कोणताही ऑफिसर तिला फार दिवस आपल्या हाताखाली काम करू देत नाही. मला हिच्याबद्दल फारशी माहिती नाही. तुला जाणून घ्यायची इच्छा असेल तर अच्युतला फोन कर.''

सुषमाला मी हे निकराने बजावलं तेच तिच्या पथ्यावर पडलं. फडके घरी येत

राहिली. 'मी साहेबांच्या घरी केव्हाही हक्काने जाऊ शकते' हे ती ऑफिसात ज्याला-त्याला सांगू लागली.

एके दिवशी मी न बोलावता ती केबिनमध्ये आली. टेबलाला चिकटून उभी राहिली. मी नेहमीप्रमाणे बेल वाजवली आणि बापटला बोलावून घेतलं. माझ्या टेबलावर मुळातच नसलेली फाईल, मी त्याला शोधायला लावली.

''सर, ह्या शनिवारी माझ्या घरी वहिनींसहीत जेवायला याल का?''

''सॉरी! नाही जमणार. माझ्या मित्राच्या लग्नाच्या वाढदिवसाला मी पुण्याला जाणार आहे.''

''कसे जाणार आहात?''

''काही ठरवलं नाही. ट्रेन नाही तर मिळेल ती एशियाड. कदाचित प्रायव्हेट कारनेसुद्धा जाईन.''

ती नाइलाजाने केबिनबाहेर गेली.

''सर, तुम्ही सांगताय ती फाईल इथं नाहीये.''

''ती फडके उगीच लघळपणा करते म्हणून तुम्हाला थांबवलं.''

''सर, तिची ट्रान्सफर करा. तिचं वागणं आम्हाला कुणालाच आवडत नाही.''

'मिळेल ती एशियाड' असं मी फडकेला म्हणालो होतो ते खरंच होतं; पण शुक्रवारी रात्री सुषमाने धक्का दिला.

''मी सिंहगडची तिकिटं रिझर्व्ह केली आहेत. तुम्ही व्हीटीला बसा तुमचा सीट नंबर आहे अठरा. मी सामानासहीत दादरला येईन.''

दादरला सुषमाबरोबर फडकेला पाहून उडालोच मी! सगळ्या गर्दीबरोबर दोघी आत आल्या.

'मी खिडकी सोडणार नाही!' असं म्हणत सुषमा माझ्यासमोर बसली. हेतुपुरस्पर तिनं फडकेला माझ्याशेजारी बसायला लावलं. 'सरकून घ्या.' म्हणणाऱ्यांची एक जमात असतेच. पाचवा माणूस बसल्यावर फडके माझ्या अंगाला चिकटली. स्पर्श 'नकोसा' वाटतो तेव्हा ती परस्त्री असली तरी फरक पडत नाही ह्याचा शोध लागला. लोणावला येईपर्यंत मी सुषमाला 'जागा बदल, तू शेजारी येऊन बस' अशा खुणा करत होतो. ती लक्ष देत नव्हती. ''सर, तुम्ही गप्प का?'' फडकेने विचारलं आणि सुषमाला खुणेने विचारलं.

सुषमा पटकन् म्हणाली,

''ते तसेच आहेत. प्रवासात चांगली कंपनी हवी म्हणाले. म्हणून मुद्दाम तुला पार्टीत, प्रवासात सामील करून घेतली आणि आता गप्प बसलेत. त्यांना कदाचित शिवानीची आठवण येत असेल, दुसरं काय!''

''शिवानी कोण?''

''तुला माहीत नाही. ह्यांची पहिली स्टेनो. अत्यंत लाडकी. दिसायला अप्सरा. अशा मुली काय टिकतात? लग्न झालं. गेली बडोद्याला. मी तर म्हणते, अशा माणसांना जीव लावूच नये. ती तिकडे नवऱ्यात दंग. ती मागे वळून का बघेल?''

''सुषमा, प्लीज...''

''का नको बोलू? लग्नात तुम्हाला मिठी मारून काढलेले फोटो, त्याच्या कॉपीज पाठवल्या का?''

मी प्रचंड तापलो. वाटलं, ड्यूकच्या नाकाड्यावरून उडी मारावी! हा स्पीड-ब्रेकर—स्पीडब्रेकर नव्हता.

कार ब्रेकर होता. मुंबई सोडल्यापासून थेट पुणे पाटी वाचेपर्यंत मी फक्त तडफडत होतो.

पांड्याला दरवाजात पाहताक्षणी मी म्हणालो,

''पैसे मागायला आला असशील तर असाच परत जा. मागचे नेलेस त्यातले निम्मे जरी परत केलेस तरी मैत्री टिकेल.''

''मला फार नको आहेत.''

मी दरवाजा बंद केला.

मध्ये पंधरा दिवस गेले. पैसे उसने दिले तो विचार डोक्यात असतोच, त्याहीपेक्षा डोकं फिरवणारी बाब म्हणजे बायकोचा ससेमिरा. तुम्ही भोळे, भाबडे, व्यवहारशून्य, शेळपट ह्यांपैकी जे सुचेल ते. सुषमाच्या थपडा किती खायच्या? 'पांड्याला मी दारातून हाकलला. घरात पाऊल टाकू दिलं नाही—' हे सगळं मी पांड्याला हाकलला तेव्हाच सुषमाला सांगितलं होतं. आणि आज ती मला सांगते,

''भाऊजी येऊन गेले.''

''म्हणजे नेमकं कोण?''

''पंधरा दिवसांपूर्वी तुम्ही ज्याला हाकलून दिलंत ते.''

''पैसे परत केले?''

''छे! कसं शक्य आहे? मीच त्यांना माझ्याजवळचे पाचशे रुपये दिले.''

''व्हॉट नॉन्सेन्स?''

तितक्याच शांतपणे सुषमा म्हणाली,

''देतील परत. पैसे मागताना माणसाला मनातून आनंद होतो का? एखाद्या क्षणी

माणूस कात टाकावी तसा बदलतो.''

पार्टीची तयारी करताना मनात सगळे असले विचार. त्याशिवाय आणखीन एक
वेगळाच प्रश्न छळत होता.

आठवले त्याच्याबरोबर आणखीन एका मित्राला आणणार होता. ही नवी व्यक्ती
सुषमाला आवडेल का? माझ्या गेट-टुगेदर म्हणजे ड्रिंकटुगेदरमधले मेंबर्स
बदलत गेले ते सुषमाच्या स्वभावापायीच. ती त्यांच्याशी छान हसून बोलायची.
ती हसली की आजही, अजून मला चांदणं पसरल्यासारखं वाटतं.

रातराणीपासून थेट झेंडूपर्यंत निसर्गाने फुलांचे ताटवेच्या ताटवे मानवजातीला
बहाल केले. जमीन एकच. मातीही तीच. पण तिची रूपं? रंग? आकार?
गंध? खरंच, मातीएवढं धनाढ्य कुणीही नाही.

बेल वाजली.
कुणीतरी आलं.
मी बेचैन. आज नव्याने येणाऱ्या पाहुण्याचं काय?
आज सुषमा कोणत्या रूपात, कोणत्या भूमिकेत येणार?
एकच लग्न करून मी कितीतरी जणींशी संसार केलेत, असं सुषमाने वाटायला लावलंय.
परिचयाच्या कोणत्या तरी एका मुखवट्याची ती निवड करणार की आज
आणखी एक नवा अनोळखी स्पीडब्रेकर?

◆

अंदर की बात

एखाद्या माणसाच्या किंवा बाईच्या अंगात येतं, ह्या गोष्टीवर तुमचा विश्वास आहे का? नाही ना? बरोबर. एकेकाळी मीही तुमच्याच मताचा होतो; पण आता मात्र माझं हे मत बदललेलं आहे. अंगात येतं ह्या गोष्टीवर माझा आता पूर्ण विश्वास आहे. माझ्या शेजारणीची ही बारीकशी कथा ऐकल्यावर तुमचाही ह्या गोष्टीवर विश्वास बसेल.

आमची शेजारीण— नाव मोहिनी— हिच्या अंगात येतं ह्याचा आम्हाला पत्ता लागला, तेव्हा आम्हा सर्वांना धक्काच बसला. आम्ही सर्व म्हणजे मी, माझी सौ. आणि वडील!—

पहिल्यांदा मी वडिलांना विचारलं,

"बायकांच्या अंगात येतं हे खरं असेल का?"

त्यावर ते म्हणाले,"बायकांच्या अंगात येतं हे शक्य नाही, त्यांच्या अंगात असतंच पहिल्यापासून."

मी त्यावर तुफान हसलो. सौ. नाक उडवून घरात गेली!—

आता हा विनोदाचा भाग सोडून द्या; पण त्या रात्री ११-११॥ च्या सुमारास आम्ही जेव्हा किंकाळी ऐकली, तेव्हा ताडकन् मी व सौ. उठून बसलो. दिवा लावत सौ.नं विचारलं,

"तुम्ही, कुणी ओरडल्याचं ऐकलंत का?"

"त्यानंच तर जागा झालो."—पांघरूण पायानं उडवीत मी म्हणालो.

"कोण ओरडलं असेल?"— सौ.नं विचारलं.

तेवढ्यात कानावर शब्द आले आणि तेही अगदी शेजारच्या खोलीतून.

'एकदा ठार करा मला, म्हणजे सुटलात सगळी'.....

"अरे, हा तर मोहिनीचा आवाज!"— मी चमकून म्हणालो.

"छे, छे, ती असं कशाला ओरडेल?"— सौ.नं परत विचारलं.

—पण तेवढ्यात पुन्हा ऐकू आलं.

'मारा, हाणा, जीव घ्या बायकोचा.'—

—पाठोपाठ जमिनीवर काठी आपटल्याचा आवाज आला. पाठोपाठ फळीवरून डबा किंवा काहीतरी पडल्याचा आवाज आला. आम्ही दोघंही खिडकीकडे धावलो. तसं धावून काही उपयोग नव्हता. कारण आमचे दोघांचे ब्लॉक्स् एकाच

ओळीत असल्याने खिडकीतून त्यांच्या ब्लॉकमधलं काही दिसत नाही. तेवढ्यात आम्हाला मधला दरवाजा उघडल्याचा आवाज आला. मीही आमच्या ब्लॉकचा दरवाजा उघडला; पण आमचा दरवाजा उघडला जाईपर्यंत समोरचा दरवाजा लावल्याचा आवाज आला.

पहिल्या वेळेला एवढाच प्रकार घडला. एवढ्यावरून मोहिनीच्या अंगात वगैरे येत असेल, असा तर्क करायला जागा नव्हती. नवरा-बायकोतले ते भांडण असू शकेल; पण भांडण होतं असं गृहित धरायला जागा नव्हती. मोहिनीसारखी खूबसुरत बायको असल्यावर नवऱ्यानं तिला तळहातावर झेलावं. खरोखरच मोहिनी तशी होती. तिला बघायला मिळेल असा एकही मोका मी दवडत नव्हता. 'परनारचा विषाचा प्याला'— वगैरे वगैरे सगळं अस्मादिकांना पाठ आहे; पण नुसतं स्वतःच्या खिडकीतून पहात राह्यलं तर तसं बिघडत नाही. हे असं बघणंही काही अष्टौप्रहर नाही. कधी मोहिनी घरातून बाहेर पडली तरच! कारण मघाशीच मी सांगितलं की आमचे ब्लॉक्स् समोरासमोर नाहीत. असो!— मुद्दा हा नाही.

मुद्दा आहे, की एवढ्या फुलासारख्या नाजूक, रतीसारख्या सुंदर बायकोशी, आमच्या पडोसीनं भांडावं का?— तेही अपरात्री; आणि तेसुद्धा मोहिनीसारख्या स्त्रीला जगणं असह्य व्हावं इतकं!

पण हाही मुद्दा होऊ शकत नाही. सुंदर बायको असली तरी नाही एखाद्याचं पटत; तसंच इथंही होत असावं.

मोहिनीचं बिऱ्हाड येऊन फार तर आठ दिवस झाले असावेत. घरात माणसं इन मीन तीन! मोहिनी, तिचा नवरा विजय आणि विजयची आई. ती मंडळी राहायला आल्यापासून सात-आठ वाक्यांचीच काय ती देवाणघेवाण झाली होती; त्यामुळे ऐकू आलेला आरडाओरडा का होता, कसला होता, हे कुणालाच विचारता येणार नव्हतं.

दुसऱ्या दिवशी विजय-मोहिनीची जोडी आम्हाला दोघांना बाहेर पडल्याबरोबर भेटली. आम्ही एकमेकांकडे पाहून हसलो व पुढे गेलो. आदल्या दिवशीचा प्रकार, जणू काही घडलाच नव्हता, इतके दोघेजण प्रफुल्लीत दिसत होते. "काय मामला असेल कळत नाही, नाही?"— सौ.नं विचारलं. "होय ना!"—

—पण नंतर ह्याच प्रकाराची पुनरावृत्ती पंधरा दिवसांनी झाली. तीच वेळ! — तसलेच मोहिनीचे शब्द. तोच फळीवरून डबे पडल्याचा आवाज, नंतर सगळं शांत!

— तसलाच प्रकार, त्याच तपशीलासह पंधरा दिवसांनी!—

—असं चार-पाच वेळा पंधरा-पंधरा दिवसांच्या अंतरानं घडलं आणि गंमत अशी की, ह्या प्रकाराचा मागमूसही नंतरच्या काळात दिसायचा नाही. एके दिवशी सौ. म्हणाली,

"तुम्ही एक गोष्ट मार्क केलीत का आत्तापर्यंत?"

"कोणती?"

"ह्यांची ही भांडणं नेमकी अमावस्या आणि पौर्णिमेला होतात."

"असं."

"बघा नीट, आठवा." असं म्हणून सौ.नं मला तारीखवार ती गोष्ट पटवून दिली.

"मग तुला ह्यावरून काय म्हणायचं आहे?"

"ते भांडण नसावं. काहीतरी निराळा प्रकार असावा."

"निराळा प्रकार म्हणजे काय असणार?"

"काहीतरी पिशाच्चाचा..."

"छे छे, भलतंच. मोहिनीसारख्या बाईला हा असा काही प्रकार व्हायचा नाही."

"तसंच काहीतरी असणार, नाहीतर त्या दोघांनी असं न चुकता भलत्या वेळी का भांडावं?"

— सौ.चं म्हणणं तेवढं अप्रस्तुत नव्हतं; पण माझा ह्या कोणत्याच प्रकारावर विश्वास नव्हता. असल्या गोष्टी मी मानत नाही, ह्याची सौ.ला कल्पना आहे. तिचं म्हणणं मी उडवून देईन अशी अटकळ तिनं केलीच होती. म्हणूनच मी काही बोलणार तेवढ्यात ती म्हणाली,

"तुमचा विश्वास बसो अगर न बसो, पण ह्या बाबतीत दुसरी शक्यताच नाही. पिशाच्च वगैरे नसेल तर तिच्या अंगात वगैरे येत असणार."

"तोही खुळचटपणाच."

"असं कसं म्हणता?"

"नुसतं म्हणत नाही तर ह्या असल्या गोष्टी बोगस असतात, हे मी सिद्ध करीन."

"काय कराल?"

"मोहिनीच्या अंगात येतं असं मला समजू दे, मी तो तिचा प्रकार रातोरात बंद करून दाखवीन."

"कसा?"

"ते आत्ता नाही सांगत, आधी करून दाखवीन आणि मग सांगायची पाळीच यायची नाही."

दुसऱ्याच दिवशी विजयनी मला हाक मारली. मी त्यांच्यासाठी थांबलो. माझ्याजवळ येत ते म्हणाले,
"चला समोर, चहा घेऊ या."
आम्ही समोरच्याच हॉटेलात गेलो. एकदा माझ्या मनात आलं की त्यांना सांगावं, दोघांची घरं जवळ आहेत, तेव्हा घरीच घेऊ चहा; पण पुन्हा मनात आलं ज्या- अर्थी त्यांनी आपल्याला हॉटेलात आणलं, त्या अर्थी त्यांना घरी गप्पा मरायला मोकळेपणा वाटणार नाही. विजयनी चहाची ऑर्डर दिली व माझ्याकडे पहात ते म्हणाले,
"तुमच्याशी जरा बोलायचं होतं, म्हणून तुम्ही घरातून बाहेर पडायची वाट पहात होतो."
"म्हणजे?"
"तुम्ही घरातून बाहेर पडलात हे मी पाहिलं व तुम्हाला गाठायचं म्हणून बाहेर पडलो."
—तेवढ्यात चहा आला. विजय म्हणाले,
"खरं म्हणजे तुम्हा दोघांना घरी चहाला बोलवायचंय; पण तत्पूर्वी म्हटलं तुमचा आमच्याबद्दल काय ग्रह झालाय हे पहावं."
"का बरं?— ग्रह वाईट व्हायला आपला सहवास अजून वाढायचा आहे."
—आम्ही दोघं हसलो. चहा संपल्यावर विजय म्हणाले,
"आमच्या घरात जो गोंधळ चालतो केव्हा केव्हा त्याचा तुम्हाला उपद्रव होत असेल."
—मी गप्प होतो.
"ह्याबद्दल खुलासा करावा म्हणूनच गाठलं तुम्हाला आज."
—विजयला जे काय सांगायचं होतं ते सांगायला त्याला मोकळेपणा वाटावा म्हणून मी काहीतरी बोलायला हवं होतं; पण मला नेमकं काय बोलावं तेच सुचेना. विजय तेवढ्यात म्हणाले,
"तुम्हाला त्रास होतो ह्याची कल्पना आहे मला, पण जरा सांभाळून घ्या आम्हाला. कुठं तक्रार वगैरे करू नका. पहिली जागा आम्हाला त्याचपायी सोडावी लागली."
"डोण्ट वरी, तसा त्रास वगैरे काही नाही, फक्त आम्हाला सर्वांना ह्या प्रकाराचं कुतूहल आहे."
"साहजिक आहे; म्हणूनच मी आपणहोऊन आलो आज."
—एवढं बोलून ते थांबले. जरा वेळानं विजयनीच सुरुवात केली. माझ्याकडे

पहात ते म्हणाले,
"आमच्या मोहिनीला बाधा आहे."
"इम्पॉसिबल" — मी न राहवून ओरडलो. विजय शांतपणे म्हणाले,
"तसं मीहा समजत होतो; पण दुसरं काही नाही तेव्हा असलाच प्रकार म्हणायचा."
"माझा ह्या असल्या प्रकारांवर विश्वास नाही."
"माझाही नव्हता; पण माझ्या आईनं वेळोवेळी सिद्ध करून दाखवल्यावर बसला आणि तशी त्या वेळेत मोहिनी कुणाला त्रास देत नाही; पण अंगात आल्यावर तिचा दात असतो तो माझ्या आईवर! -- तिला ती मारायला धावते. आईचा ती त्या वेळेला जीवच घेईल, असं वाटतं. तसा रागरंग दिसायला लागला की मग मला मधे पडावंच लागतं."
"असं का व्हावं?— आईंवर एवढा राग का?"
"तेच कळत नाही."
"सासू-सुनेचं पटतं की काही सासुरवास...."
"अशक्य."— विजय एकदम ओरडलेच. पण लगेच शरमिंधे होत म्हणाले,
"माझा तोल गेला, एक्सक्यूज मी. माझ्या आईएवढी ममताळू बाई खरोखरच कुठं मिळायची नाही."
"तरी तुम्ही आईंना काही दिवस लांब ठेवून बघा."
"आईपासून दूर राहण्यापेक्षा मी मरण पत्करीन. आई म्हणजे माझं सर्वस्व आहे. दुसरं काहीही करायला सांगा पण हे एवढंच सांगू नका. मोहिनी बरी नाही झाली तरी चालेल; पण आई इथंच राहाणार. आणि बाकी सगळं आबादीआबाद आहे हो घरात. हल्ली थोडीशी मोहिनीतसुद्धा सुधारणा आहे!—पूर्वी हे प्रकार रोजचे व्हायचे घरात. हल्ली फक्त अमावस्या-पौर्णिमेला होतात. त्याशिवाय पूर्वी मोहिनी काय वाटेल ते प्रकार करायची अंगात आल्यावर. हल्ली हल्ली फक्त बेसुमार खात राहते. डबेच्या डबे फस्त करते. असेल नसेल तेवढं दूध ती फस्त करते. बाकी तिचा काही त्रास नाही. मला आणि आईला वाटतंय की काही दिवसांनी हे एवढंही व्हायचं नाही."
—विजय आत्मविश्वासानं सांगत होते. विचारायचं म्हणून मी विचारलं,
"उपाय केलेत का काही?"
"अनेक. अंगारे-धुपारे, मंत्र-तंत्र, ज्योतिष-मांत्रिक, सगळं झालं. मी मी म्हणणाऱ्यांनी हात टेकले."
—मी गप्प राहिलो. मनात अनेक कल्पना येऊन गेल्या. अजून त्या सर्व प्रकारावर माझा विश्वास बसत नव्हता आणि तेवढ्यात मी जे बायकोजवळ

बोललो होतो, त्याची मला आता आठवण झाली. आपण हे धाडस करावं की करू नये ह्याबद्दल क्षणभरच मनाची चलबिचल झाली. शेवटी धाडसाशिवाय विक्रम नाही, हा विचार पक्का झाला आणि विजयचा हात पकडीत मी म्हणालो,

"तुम्ही आणखीन एकच उपाय कराल का?"

"हजार करीन."

"त्यानं अपाय व्हायचा नाही, पण जर तो उपाय यशस्वी ठरला तर तुमच्या-मागची एक मोठी विवंचना दूर होईल."

"तुम्ही सांगाल ते करीन. कोणी आहे ओळखीचा?"

"मी स्वत:!"

"काय सांगता काय?"

"विश्वास ठेवा."

"विश्वास आहेच. पण तुम्ही काय करणार?"

"तेही नंतर सांगेन. पण अगोदर एक गोष्ट कबूल करा."

"सांगा."

"ह्या शास्त्रातलं मला गम्य आहे हे कुणाजवळही कधी बोलायचं नाही. माझ्या प्रयत्नांना यश आलं तरी आणि नाही आलं तरी. कारण माझ्यामागे मला हे असले उद्योग लावून घ्यायचे नाहीत. कबूल?"

"एकदम; तुमचे आभार..."

"मला यश आलं तर माना." मी मधेच म्हणालो.

मोहिनीच्या घरातून आरडाओरडा ऐकू यायला लागल्यावर मी विजयच्या ब्लॉकचा दरवाजा ठोठावला. हातात वेताची छडी घेण्याचा माझा विचार होता; पण उगीच 'शो' नको म्हणून मी नुसताच गेलो. विजयनी दार उघडलं. विजयच्या आईंनी माझ्याकडे पाहून न पाहिल्यासारखं केलं. मला ती बाई का, कुणास ठाऊक आवडली नाही.

मधला दरवाजा लावला होता. स्वयंपाकघरातून मोहिनीचा अस्पष्ट आवाज येत होता. मी कान देऊन ऐकण्याचा प्रयत्न करू लागलो. तेव्हा विजय म्हणाले,

"ऐकू यायचं नाही तसं, आम्ही खूपदा प्रयत्न केला; पण बाहेर बोलणं ऐकू येत नाही."

—मला हवं होतं ते मिळालं. तो दरवाजा बाहेरूनच लावलेला होता. मी हलक्या हातानं कडी काढली; तेव्हा विजय म्हणाले,

"सांभाळा हं."

''डोण्ट वरी.''— असं म्हणतानाच मी दरवाजा उघडला व आवाज न करता मागच्यामागे मिटला. मी एवढी सावधगिरी दाखवली; पण मी दरवाजा बंद करताच विजयनी त्याला ताबडतोब कडी घातली. त्याचा आवाज झाला व त्यामुळे माझ्याकडे पाठमोरी असलेली मोहिनी गर्रकन फिरली.

तिला एवढ्या जवळून, एवढी निरखून मी पहिल्यांदा पाहात होतो. तिनं केस मोकळे सोडले होते. पदर कमरेला खोचला होता; आणि कपाळभर मळवट भरला होता. रौद्ररूप धारण करण्याचा तिनं आटोकाट प्रयत्न केला होतो; पण तरीही तिला स्वत:च्या मोहकपणावर मात करता आली नव्हती.

—मला पाहताच मोहिनी चवताळून माझ्या अंगावर धावून आली. सावरण्याचा हाच क्षण होता. लवमात्रही विचलीत न होता मी मार्दवतेनं हाक मारली,

''वहिनी, तिथंच थांबा.''

—माझी ही भूमिका एवढी अनपेक्षित होती की खरोखरच मोहिनी जागच्याजागी खिळली. माझा हुरूप दुणावला. मी भराभरा म्हणालो,

''मला सगळा प्रकार समजलाय, तुमची कीव आली म्हणून थोडंसं हे नाटक करीत मी इथं आलो. तुमचं हे अंगात येणं वगैरे थोतांड आहे, हे मी ओळखलं म्हणून आलो.''

—मी एवढं म्हणालो आणि काय झालं कुणास ठाऊक! मोहिनी चापल्यानं उलटी फिरली व कोपऱ्यातली काठी उचलून तिनं माझ्यावर उगारली. क्षणभर मी गडबडलो, पण लगेच स्वत:ला सावरीत पुढे झालो. त्याच क्षणी मोहिनी किंचाळली,

''तुकडे करीन पुढे आलात तर.''

तरी मी डगमगलो नाही. तिनं उगारलेली काठी मी वरच्यावर पकडली. हलक्या आवाजात मी पुन्हा म्हणालो,

''तुम्हाला सहानुभूती दाखवायला आलेल्या माणसाशी तुम्ही अशा वागता?''

— तिच्या हातातून काठी गळून पडली. ती खाली बसली व चक्क रडायला लागली. तिला मी काही वेळ रडू दिलं. तिची ती शांत झाल्यावर उठली. तिनं मग कपाळभर भरलेलं कुंकू पुसून नीट केलं. मोकळे सोडलेले केस नीट बांधले.

मग ती प्रसन्नतेनं हसली. मीही हसलो.

तिच्याकडे मी प्रश्नार्थक नजरेनं पाहिलं. हलक्या आवाजात ती म्हणाली,

''मला दुसरा काही मार्ग सांगा, तुम्हाला खरी सहानुभूती वाटत असेल तर.''

''अगोदर हे सगळं असं का हे तर मला सांगा.'' मी म्हणालो.

''ती बाहेर बया बसली आहे ना तिलाच विचारा. तीच अंगात आल्याप्रमाणे

माझ्याशी वागायला लागली, तेव्हा मला हा अघोरी उपाय सुचला.''
''म्हणजे?''
''म्हणजे काय? ती भयंकर छळते मला; आणि ह्यांचा त्यावर विश्वास नाही. एरव्ही दृष्ट लागेल एवढं त्यांचं माझ्यावर प्रेम आहे. पण 'आई' म्हटलं की स्वारी पुढं बोलू देत नाही. त्याचाच फायदा ती सटवी घेते.''
''पण का?''
''आमचं एकमेकांवरचं प्रेमच तिला सहन होत नाही. तिच्या नवऱ्यानं तिचे हाल केले म्हणे. म्हणून मलाही ह्यांनी असंच वागवावं ही तिची इच्छा. तसं होत नाही, म्हणून ती मला छळते.''
''अर्रर...''
''गंमत ह्यांची वाटते मला सर्वांत. आईविरुद्ध मला ते अवाक्षर काढू देत नाहीत. माझ्यावर प्रेम असूनही ते माझं ह्या बाबतीत ऐकत नाहीत.''
''अजब आहे, पण हाल करतात म्हणजे नेमकं काय करतात?''
''मला चक्क उपाशी ठेवतात. हे कामावर गेले की स्वयंपाकघराला कुलूप लावतात. इथल्या ह्या दूधदुभत्याच्या कपाटाला पण कुलूप असतं. अंगात आल्यावर मी ते एकदा फोडलं होतं. तेव्हापासून पौर्णिमा-अमावस्येला कुलूप काढून ठेवतात. कमीतकमी कुलूपाचा खर्च नको म्हणून. स्वतःच्याच घरात मला हे जगावेगळं वागावं लागतं, ह्याला निव्वळ 'हे' जबाबदार आहेत. 'आईवाक्यं प्रमाणम् ' असला प्रकार आहे. मग महिन्यातून मी दोनदा व्यवस्थित खाऊन-पिऊन घेते.'
''आयडिया चांगली आहे.''—मी हसून म्हणालो.
''असं म्हणू नका हं. केवळ खाण्यापिण्यासाठी मी हे प्रकार सुरू केले नाहीत. त्या म्हातारीला जरा वचक बसावा, तिनं तिच्या लेकीकडे राहायला जावं हा माझा उद्देश होता. ह्या प्रकारांना ती भिते म्हटल्यावर आणखीन विक्षिप्तपणे करावे लागले. आता माझ्यासाठी नाही, पण त्या अंगात येणाऱ्या अज्ञात व्यक्तीसाठी, मी म्हणेन ते ही म्हातारी खायला करून ठेवते; अजब आहे की नाही? —आमचा संसार एरव्ही दृष्ट लागण्यासारखा, तर शाप आहे तो त्यांच्या आईचा. मी काय करावं अशा म्हाताऱ्या, खाष्ट सासूपुढे आणि अशा मातृभक्त नवऱ्यापुढे? — अमावस्या, पौर्णिमेनंतरचे दोनतीन दिवस चांगले जातात.''
—''छान आहे. मला निराळी शंका आलीच होती, म्हणून मीही थापा मारल्या तुमच्या मिस्टरांना आणि आलो तुम्हाला भेटायला. येतो आता. तुमच्या मागचा सासुरवास लवकर संपू दे.'' —मी जायला निघालो.
''थांबा जरा.'' — असं म्हणत मोहिनीनं तिथला मोठा ग्लास घेतला व

माझ्यासमोर दुधानं भरून ठेवला व ती म्हणाली,
"घ्या, मला एवढं सगळं दूध आज संपायचं नाही."

—पुरुषांच्या किंवा बायकांच्या अंगात येतं, ह्यावर माझा विश्वास कधीच नव्हता. पण आता विश्वास बसला आहे.
—वडील मात्र मिष्किलपणे म्हणतात अजून, 'बायकांच्या अंगात असतंच, कधी कधी ते जरा जास्त होतं, इतकंच.'

✦

चोर

बोरीबंदरच्या प्लॅटफॉर्मवरून डेक्कन क्वीन हललेली मी पाहिली आणि पायात असेल नसेल तेवढे बळ एकवटून मी पळायला सुरुवात केली. मनाची थोडीसुद्धा चलबिचल होऊ न देता व मी काय करीत आहे याचा विचारही न करता मी डब्याच्या दांडीला हात घातला. सर्वत्र आरडाओरडा झाला. गाडी थांबावी म्हणून गार्डने पुन्हा शिट्टी मारली; पण त्या वेळेपर्यंत धावती गाडी पकडण्यात मला यश प्राप्त झाले होते व मी डब्यात शिरून दार लावू लागले होते! गाडी पूर्ववत् चालू झाली. सगळ्यांनी सुटकेचा नि:श्वास टाकला; पण काहींच्या चेहऱ्यावर गम्मत पाहायची बुडाली अशी निराशा दिसली. माणूस मरत असल्याची लोकांना मजा वाटावी याची मला मजा वाटली व मी एक तिरस्कारयुक्त 'हुंकार' टाकून बसण्यासाठी डब्याकडे वळले.

त्या सबंध पहिल्या श्रेणीच्या डब्यात फक्त एक पुरुष बसला होता आणि माझी एवढी धावपळ झाली आणि बाहेर एवढा गोंधळ झाला तरी तो मनुष्य अगदी शांतपणे आपल्याच व्यवसायात गढला होता. त्या सबंध बाकावर दहा-बारा पुस्तके अस्ताव्यस्त पसरली होती. त्याच्या हातातसुद्धा एक मोठ्ठे पुस्तक होते. त्याच्या माणूसघाण्या स्वभावाचे आश्चर्य करीत मी त्याच्याच समोरच्या बाकावर माझ्या हातातली पर्स ठेवली व बॅग बर्थवर ठेवून तोंड धुवायला गेले. गाडी पकडताना माझा जो अवतार झाला होता, तो पाहून कुणालाही हसूच लोटले असते. लिनॉनची मुळातच सुळसुळीत असलेली साडी आणखीनच अव्यवस्थित झाली होती. तोंडावर पाण्याचे गार गार हबके मारता मारता विचार करू लागले. ज्यावेळेस मी गाडी पकडली आणि ती पकडताना जे धारिष्ट्य केले त्या वेळेस माझ्या मनात भीतीचा लवलेशसुद्धा नव्हता; पण आता वारे शिरल्याप्रमाणे धावत असलेली गाडी पाहून माझ्या त्या धाडसाबद्दल मलाच भीती वाटू लागली. पुन्हा असला आचरटपणा करायचा नाही असे जेव्हा मी माझ्या मनाला बजावले तेव्हा माझे मन शांत झाले. अजूनही धडधडणाऱ्या छातीवर मी हात ठेवला आणि मी कमालीची चरकले. नेहमीप्रमाणे माझ्या ब्लाऊजला माझे पेन नव्हते. या धावपळीत पेनवर गदा आली की काय, या कल्पनेने मी घाबरले. त्या पेनच्यामागे तशाच भावना होत्या. सदानंदने आमची ओळख झाल्यानंतरच्या माझ्या पहिल्याच वाढदिवसानिमित्त ते पेन मला दिले होते! ती साक्षात् प्रेमाची खूण होती! ते

पेन जवळ असल्यावर मला सदानंदच जवळ असल्याइतका आनंद वाटायचा. त्या पेनची किंमत पण काही कमी नव्हती; नव्वद रुपये मोजले होते सदानंदने! पण त्याहीपेक्षा प्रेमाची खूण म्हणून त्याची किंमत मला जास्त होती!

जर ही गाडी धावपळ करत पकडली नसती तर पेन गहाळ झाले नसते, या विचाराने मी अस्वस्थ झाले; पण ही गाडी मला पकडायला हवीच होती. माझी पहिलीवहिली कादंबरी अपेक्षेपेक्षा गाजली व त्याबद्दल माझा सत्कार आज एका शाळेतर्फे होणार होता आणि या सत्कार समारंभात ज्यांनी पुढाकार घेतला होता ते माझ्या वडिलांचे लहानपणापासूनचे स्नेही होते. आज सकाळी ते मला अचानक भेटून गेले व त्यांनीच आज सत्काराचा कार्यक्रम ठरवला असल्याचे सांगितले; आणि सर्वांत आनंदाची गोष्ट म्हणजे आजच्या समारंभाला अध्यक्ष म्हणून त्यांनी सुप्रसिद्ध कवी, जी. हेमंत यांची योजना केली होती. वडिलांच्या मृत्यूनंतर वडिलांच्या ठिकाणी तेच होते मला! कर्जतच्या शाळेत ते मास्तर होते. त्यांनी सांगितलेली ती गोड बातमी ऐकल्यावर तर माझा आनंद गगनात मावेना! जी. हेमंत यांच्या कविता मी कैक दिवसांपासून वाचीत आले होते व प्रत्येक वेळी मी म्हणत होते की, या गृहस्थाची आणि माझी ओळख झाली तर...! पण आता पेन नाहीसे झाल्याचे समजताच सत्कार समारंभ व जी. हेमंत यांच्याबद्दलचे माझे आकर्षण समूळ नष्ट होऊन मघाशी धावती गाडी पकडण्याचे जे दिव्य मी केले तसेच आता चालत्या गाडीतून उतरण्याचे दिव्य करावे असा मोह मला होऊ लागला. आता आशेला फक्त एकच जागा होती. माझ्या बॅगेत मी ते पेन ठेवले असल्याची शक्यता होती!

मी लगबगीने बाहेर आले. अधीर मनाने मी सबंध बॅग जवळ जवळ उलटी केली. पण हाय! त्यातसुद्धा पेन नव्हते. मी सबंध बॅग पुन्हा कशीतरी भरली. कर्जतला माझ्याच कादंबरीवर बोलण्यासाठी मला काही मुद्यांचे टाचण करावयाचे होते; पण आता पेनचाच पत्ता नव्हता व मन:स्थितीचा तर त्याहूनही नव्हता. हताश मनाने मी जवळ जवळ माझ्या जागेवर कोसळलेच.

माझ्या समोरच्या गृहस्थाचे वाचन शांतपणे चालूच होते. वाचताना मधूनमधून तो आवडलेल्या मजकुरावर खुणा करीत असावा. थोड्या वेळाने त्याने हातातले पुस्तक खाली ठेवले व लगेच बाकावरचे दुसरे पुस्तक उचलले आणि मला कमालीचा धक्का बसला. नेमक्या त्याच पुस्तकाखाली माझे पेन पडले होते. नक्कीच माझे पेन! तोच तो हिरवा रंग! सोनेरी टोपण! प्रश्नच नव्हता! माझेच होते ते पेन! मी शांतपणाने धीर करून विचारले,

''मला जरा ते पेन देता का?''

''हो, जरूर घ्या.''

सहजपणे तो गृहस्थ म्हणाला.

मी पेन निरखून पाहू लागले. प्रश्नच नव्हता! माझेच पेन होते ते! माझ्या पेनचा एके ठिकाणी माझ्याच गबाळेपणामुळे एक टवका उडाला होता. ती माझ्या पेनची मुख्य खूण होती. आणि तंतोतंत तशीच खूण या पेनवर पण पाहून माझा संशय बळावला. मी तोंड धुवायला गेले. तेवढ्यात सभ्य दिसणाऱ्या या गृहस्थाने पिशवीतून पेन काढून घेतले याबद्दल माझी खात्री झाली. मी शांतपणे पेन पुन्हा ब्लाऊजला लावले.

मी ब्लाऊजला पेन लावलेले पाहताच त्या माणसाचा चेहरा बदलला. तो मार्दवतेचे नाटक करीत म्हणाला,

"बाई, मला वाटले तुम्हाला पेन काहीतरी लिहायला हवे आहे; पण तुम्हाला जर ते लिहायला नको असेल तर मला माझे पेन द्या. मला जरुरीचे लिखाण करावयाचे आहे!"

तो गृहस्थ चोर आहे याची कल्पना येऊनसुद्धा मला उद्धटपणे बोलता येईना. मी म्हणाले,

"महाशय, आपला काहीतरी गैरसमज झालेला दिसतो आहे. ते पेन तुमचे नाही. तुमचे पेन बघा असेल दुसरीकडे कुठेतरी!"

तो गृहस्थ चमकला आणि म्हणाला,

"बाई, पेनसारखी पेन्स पुष्कळ असतात. गैरसमज तुमचा झालेला आहे. ते पेन माझे आहे. बघा त्या पेनचा एके ठिकाणचा टवकासुद्धा उडाला आहे!"

माझीच खूण त्याने मला सांगावी याचा मला राग आला. मी जराशा तीव्रतेने म्हणाले,

"अहो मिस्टर, माझ्या हातून हे पेन पडले आणि त्याचा टवका उडाला. माझीच खूण मला काय सांगताय?"

तरीही तो निर्लज्जाप्रमाणे हलक्या आवाजात म्हणाला,

"बाई, काहीतरी बोलू नका. बस पकडण्यासाठी मी पळत होतो. तेव्हा वरच्या खिशातून उडून पेन खाली पडले व त्याचा टवका उडाला. केवळ योगायोगाने आपली खूण एक निघाली. तेव्हा माझे पेन मला परत द्या!"

आता मात्र माझा माझ्यावरचा ताबा सुटला. मी ताडकन् उभी राहिले व ओरडत म्हणाले,

"चोर तो चोर आणि वर शिरजोर! मी तोंड धुवायला गेले तेवढ्यात पेन काढून घेऊन परत वर चोराच्या उलट्या! बरेच दिसता की राव! फर्स्ट क्लासच्या डब्यातून प्रवास, एवढी मोठ्ठाली पुस्तके वाचायला वगैरे गोष्टींचा आव आणला तरी मी फसायची नाही! असले संभावित डाकू मी पुष्कळ पाहिले आहेत. हे पेन माझेच आहे व तुम्हाला ते मिळणार नाही!!"

तितक्याच शांतपणे तो गृहस्थ म्हणाला,

"बाई, तुम्ही आरडाओरड करून गाडी थांबवलीत तर लोक बाई म्हणून तुमच्यावरच विश्वास ठेवतील; पण तुम्हाला मी एवढेच सांगतो की, स्त्रीत्वाचा असा गैरफायदा घेऊ नका. तुम्हाला ते पेन हवेच असेल तर खुशाल घ्या. माझे पेन हरवले

असे मी समजेन; अगर एखाद्या वेडीला बहाल केले असे समजेन. आता गप्प बसा! तुमचा यापेक्षा जास्त अपमान माझ्याकडून व्हावा अशी माझी इच्छा नाही!''

त्याचा तो शांतपणा पाहून मलाच चोरट्यासारखे झाले व आपली चूक तर होत नाही ना या विचाराने मी जराशी अस्वस्थ झाले; पण लगेच मनात विचार आला की, मी घेतलेला आळ जर खोटा असता तर एखादा मनुष्य कितीतरी भडकला असता. हा मनुष्य, मी याला 'चोर' म्हणूनसुद्धा इतका शांत आहे तेव्हा आपले काहीच चुकलेले नाही, या विचाराने मला बरे वाटले व त्याने मला जरी 'वेडी' म्हटले तरी मी ते मनावर घेतले नाही. कारण माझ्या लाडक्या सदानंदने दिलेले पेन परत मिळाले याच आनंदात मी पुन्हा दंग झाले आणि त्याशिवाय माझ्याच सत्कार समारंभाच्या वेळी मला माझी मन:स्थिती बिघडवून घ्यायची नव्हती.

गाडीचा वेग मंदावला. मी बाहेर पाहिले. कर्जत आले होते. भांडणाच्या भरात वेळ कसा भर्रकन निघून गेला त्याची मला मजा वाटली. मी बॅग व पर्स घेऊन दारात उभी राहिले.

दुरूनच प्लॅटफॉर्मवर माझ्या वडिलांचे स्नेही उभे असलेले मला दिसले. मी हात उंचावला. त्यांनीही त्याला प्रत्युत्तर केले. त्यांच्याबरोबर शाळेतली बरीच मुले व मुली हातात हार घेऊन आलेली होती. गाडी थांबताच मी खाली उतरले. माझ्या वडिलांचे मित्र ताबडतोब सामोरे आले.

''काय! प्रवास व्यवस्थित झाला ना?'' त्यांनी हसत हसत विचारले. मी म्हणाले, ''फारच छान!''

तोच एका मुलीने मला हार घातला. दुसऱ्या मुलीच्या हातात आणखी एक हार होता. तो हार घेऊन ती मुलगी डब्याकडे धावली. मी चमकून मागे पाहिले, तो गाडीच्या दारातून तो गृहस्थ खाली उतरत होता. वडिलांचे मित्र पुढे झाले व त्यांनी त्या गृहस्थाशी हस्तांदोलन केले आणि माझ्याकडे वळत ते म्हणाले,

''वा! वा!!! प्रवासात यांची सोबत होती का? मग वेळ फारच छान जाणार!''

मी मान खाली घातली.

''यांना ओळखता ना?''

वडिलांचे स्नेही पुढे म्हणाले,

''हेच आपले आजचे अध्यक्ष कवी जी. हेमंत!''

माझे बर्फ झाले होते! मी वर पाहू शकत नव्हते. तोच एक लहान मुलगी लहानशी वही घेऊन माझ्यापुढे आली व मंजुळ आवाजात म्हणाली,

''बाई, स्वाक्षरी द्या ना!''

मी वही हातात घेतली व स्वाक्षरी देण्यासाठी पहिले अक्षर लिहिले आणि खरोखरच माझ्यावर बेशुद्ध पडायची पाळी आली. त्या पेनमधून मी वापरत असलेली निळी शाई यायच्याऐवजी काळी शाई आली होती.

✦